கயிலையின் நடனம் ஒருரில்

ஆதவன் சுவாமி

Copyright © Adhavan Swamy 2024
All Rights Reserved.

ISBN 979-8-89363-257-6

அன்னை மரகதாம்பாள்

முன்னுரை:

கயிலையின் நடனம் ஒசூரில், என் கனவின் மூலம் மலைக்கோவிலில் நிகழ்ந்தது அற்புதத்திலும் அற்புதமாம். நான் என்ன புண்ணியம் செய்தனனோ? யானறியேன். இதற்கு காரணம் எனக்குள் இருக்கும் ஏழு சக்கர இலிங்கங்களும், பன்னிரு ஜோதிலிங்கங்களுமாம். என் உடலுறுப்புகள் செய்த ஏழு பிறவிகளின் பலனே ஆகும். அவைகளின் புண்ணியமுமே இவ்லிங்களாம்.

இப்புண்ணிய பலன் மூலம் தான் இப்புத்தகம் கயிலை மலையின் கனிவான பரத நாட்டியம் ஒசூரில் நிகழ்ந்தது குறித்து எழுதப்பட்டிருக்கிறது. ஆன்மீகம் இதன்மூலம் முக்திக்கு வழிகாட்டி செல்லும் என்பது ஆன்மீக வளர்ச்சி கயிலைநாதன் இப்புத்தகத்தின் மூலம் பக்தியினால் இறையுணர்வை அருள் வேண்டும் என வேண்டி பிரார்த்திக்கின்றேன்.

இப்படிக்கு,
ஆசிரியர்

1

கயிலையின் நடனம் ஒசூரில் எதற்கு அன்னை
மரகதாம்பாள்

(அன்னை மரகதாம்பாள் தாய்)

இறைவன் என்பன் யார்? கேள்வி!

இன்றைக்கும் இதற்கு பதில், பற்பல

சூரிய பகவான் தான் நமக்கு ஆதாரம்

சூழ்ச்சி இதில் இல்லை! கண்ணுக்கு தெரிவதும் இதுதான்.

சூரியன், சந்தரன் இருவரும் ஒளிவிளக்கு

சுழலும் உலகில் இதுதான் உண்மை

இதில் யாருக்கும் சந்தேகம் என்பது

இல்லை! இல்லை! என்பது தான் உறுதி

அனுபவங்கள் பற்பல உலகமக்களுக்கு

ஆதாரமும் இவைகளே! பதிலுக்கு

என் வாழ்வின் இரகசியங்கள் பற்பல

எனக்கு உறுதி என்பது நன்கு தெரியும்

உணர்வது அதில் பயன் பெறுவது தான்,

உண்மையின் உறுதி! பெருமையாகும்

கல்வி என்பது கற்கும் அறிவு

கல்விக்கு எல்லை என்பது கிடையாது

இவையெல்லாம் அமைவது இந்த உடலுக்கு

இந்த வையத்தில் இவ்வுடலுக்கு அதிசயம்

இதுதான் என்பதில் என்ன சந்தேகம்?

இறைவெனும் இறைவியும் என்னுள் இருப்பதால்
அகரம் உகரம், மகரம், ஓம்காரம்
ஆதாரம் இதுவே அறிந்திடு மானிடா!
அதில் இல்லாதது ஒன்றுமில்லை. சூன்யமாம்
ஆழமாய் ஆராய்ந்திட்டாலும் வெற்றிடம்
அதை அறிந்தோர் முக்தி அடைவர்
ஆதியும் அதுவுவே! அந்தமும் அதுவே!
அறியாமல் அங்கிங்கும் அலைவது மனமே
அறிந்திடு மனதே மாயையின் சோலையை

★ ★ ★

அறிந்தால் முக்தியும் உன் கையிடல்
ஆராய்ந்தாலும் எந்த தொந்தரவுமில்லை
ஆராய்தல் ஒளிவிளக்கில் ஓம் காரத்தல்
அனைத்தும் உன் வசமாகும் உண்மை
அங்கும் இங்கும் எங்கும் பரப்பிரம்மமே
அதில் முழ்கினால் மற்றும் இனிமை
ஆட்சியும் ஆதுவே! அனைத்தும் அதுவே!
அன்றும் அதுவே, இன்றும் அதுவே பரப்பிரம்மம்
அறிந்திடுமனதே! மறுபடியும் நான்
அந்த பரப்பிரம்மனை கூறுகிறேன்
ஆராய்ச்சி வேண்டாம் அதுவே நாடல்
ஆண்டாண்டும் அதுவே என்றும் கூடல்
அனைத்தும், அதில் உண்டு அழிவுடன்
ஆக்கலும் அழிதலும் இயற்கை மயம்
அதை மறப்பதும் நினைப்பதும் மாயையின் ஆதராம்
என்வாழ்வில் முதன்முதலில் எட்டியது
எழில்மிகு வெண்மையான கோழிமுட்டை
எழுப்பும் கோழி, உலகிற்கு உதாரணம்
எங்கும் அதன் கூவல் உலகின் ஆட்சி
ஏழு நிறங்களுடைய சூரிய கிரணங்களுடன்
எழும் சூரியன் உதயமாவது ஆதாரம்
எங்குகங்கும் இருட்டு நிலவுவதும் மூலம்

எழில் மிகு இயற்கை மலர்வசம் வாழ்வுதும்
எல்லா இயற்கை மரம் செடிகள் தொடர்ந்தன
எழுச்சியில் மலர்ந்த பூக்கள் அனைத்தும்
ஏக்கத்துடன் இறைத்தன்மை பெற
ஏழு வண்ணங்களுடன் செழுமைபெற
எல்லா செடிகளிலும் எல்லா மரங்களிலும்

★ ★ ★

எழில் மிகு வண்ணங்களுடன் இயற்கையை

ஏற்ற முற மலர்ந்தன மகிழ்ந்தன மலர்கள்

என்னே! இயற்கையின் அழகு

எங்கெங்கும் ஊக்க மூட்டும் திறன்

என் உள்ளத்தை கொல்லைக் கொண்டன

ஏற்றமும் இறக்கமும் இயற்கையில் உண்டு

ஏழேழு ஜன்மங்கள் உயிர்க்கு உண்டு

ஏழ்மையும் வறுமையும் உயிர்களின் சோகம்

ஏழ்கடலை பெற்ற உலகம் இனிது

எந்தை மனதிற்கு அதுதான் பாடம்

எடுத்தியம்-புதல் என் புவியுணர்வு

சிறுதுளி என்பது தான் பெரு வெள்ளமாம்

சீற்றம் பெறுவது உலகத்தின் மாற்றமாம்

சிந்தையில் கொண்டு இதிலிருந்து விடுபட

செழுமை மிகு ஆதியை நாடும் முனிவர்கள்

சான்றோர்களின் வழிநடந்து முக்திபெறுவர்

சாட்சிக்கு பற்பல உதாரணங்கள் உண்டு

சாவை ஆதாரமாக கொண்ட இந்த உலகம்

சாதனை செய்வதன் மூலம் உயிர் பெறுவர்

சான்றுதான் சான்றோர்கள் விட்டுச் சென்ற

சாகாநினைவு சின்னங்களும் செயல்களும்

சேத்தி வைப்பதில் சிரமம் உண்டு

சாற்றுகிறது பெருமையுடன் நன்றியுடன்
சாதனை என்பவர் பற்பல துறைகளிலும்
சென்றாலும் இறந்தாலும் நிற்கும்
சார்ந்தாலும் என்றும் பலன் கொடுக்கும்
சக்தியும் யுக்தியும் உலகின் மூலதனம்
சென்று பார்த்தாலும அனுபவித்தாலும்

★ ★ ★

செழுமைபுரியும் என்றும் இனிக்கும்
ஏழ்கடலை உலகில் காண முடியும்
ஏமாற்றமும் வெற்றியும் இதில் உண்டு
ஏய்! என்றாலும் அதட்டினாலும்
ஏற்றமுறும் இளம் சிங்கங்கள்
எழுச்சியே எழுச்சி கடக்கும் படிகளில்
என்னுடைய இறைவா எங்கிருக்கிறாய்
எழுந்து ஓடி வா! வெற்றியைப் பெற்றதா
எம் உயிரே! என் மகிழ்வே ஓடிவா!
என்பதைத் தான் காட்டும் இந்த முட்டை சாட்சி
எத்தனை நிறங்கள் உள்ளிருக்கும் வட்டத்தில்
எப்படி இந்த வட்டத்திலிருந்து ஒரு உயிர்
எழுமை மிகும் நிறங்களுடன் ஈர்க்கிறது
ஏற்றத்தை தரும் இதம் அளிக்கும் மென்மை
எப்படி இந்த மாற்றங்கள்? என்பதால்
எழுச்சி உணர்விற்கு வரும் இதனால்
இயற்கை என்னும் இறைவனின் சிரிப்பு
இவ்வையம் ஏற்றது இதமளிக்கும்
உயிரிர்கள் வாழ, மகிழ, செயல்பட
உந்தும் உலகம் இறைவனின் சிறப்பு
ஊட்டி விடும் பறவைகளின் தன்மை
உலகத்தில் உயிர்களின் சூத்திரமாகும்

உண்மையை பொய்யாக காட்டும்
ஊழையும் உப்பக்கம் அகற்றும் உழைப்பில்
இவைகள் அனைத்தும் எத்தனை மாற்றம்
இது ஒரு விந்தை விளையாட்டு என் அற்புதம்
அப்பொழுது ஆராய்ந்த முட்டை என் வாழ்வில்
அருமையான திருப்பத்தை ஈட்டியது

★ ★ ★

அதுதான் ஆரம்பக் கல்வி சாலையானது

அங்கு கண்ட மாற்றம் தொடர ஆரம்பித்தது

ஆரம்பக் கல்விக்கு அடுத்தது மத்திய படிப்பும்

அதைத் தொடர்ந்து கடந்து சென்றது

அடிக்கடி முட்டை கோழி இட்டது

அதற்குள் குஞ்சு எப்படி வாந்தது

என்ற கேள்வி எனக்குள் தோன்றியது

எதனால் இப்படி நிகழ்கிறது கேள்வி?

எப்படி முட்டைக்குள் குஞ்சு வாழ்கிறது

எப்படி அடைகாதத்வுடன் முட்டையிலிருந்து

எழில் மிகு பற்பல வண்ணங்களில் குஞ்சுகள்?

எடுத்துச் சொல்ல யாரால் முடியும்?

கோழி இருப்பது தெரியும் அடுத்தது

குஞ்சகள் முட்டைக்குள் எப்படி வந்தது

ஆனால் முட்டையிட்ட கோழியும்

அந்த முட்டையிலிருந்துதான் வெளிவந்தது

அதுதான் எப்படி என்னும் கேள்வி எனக்குள்

அப்பப்பொழுது வந்துக் கொண்டுதான் இருந்தது

கோழி முதலில் வந்ததா? குஞ்சு முதலிலா?

கேள்விகள் எழுந்துக் கொண்டிருந்தது

ஆனால் பதிலை யாரிடம் கேட்பது என்பது

ஆராய்ந்த எனக்கு ஒன்றும் புரியவில்லை

இதற்கு யாரும் எனக்கு பதில் கூறவில்லை
இறைவனுக்கு தான் இது வெளிச்சமாம்
அக்காலம் மின்சாரம் என்பது தொடங்கும் சமயம்
அதனால் நாங்கள் எப்பொழுது வரும்?
என்று எதிர்பார்த்த சமயம் பௌர்ணமியில்
எழில்மிகு வட்டம், முழு ஒளி மகிழ்ச்சி

★ ★ ★

நாங்கள் கண்ணா மூச்சி போன்ற

நான்காறு விளையாட்டுகளை விளையாடிய

சமயம் விழாக்கள் வந்தால் பெரும் மகிழ்சி

சந்திரசூடேஸ்வரர் உட்சவம் மற்றும் தேர் திருவிழா

இவ்வுட்சவம் ஊருக்கெல்லாம் சிறப்பானது

இரவு நேரங்களில் பல கிராம மக்கள் கூடும்

கொண்டாட்டம்

ஒம்காரம் தாய்தான்- பெற்றவள் தாய்

ஒய்விற்கும் காரணம் தாய் தான்

தாயிற் சிறந்த கோவிலும் இல்லை உலகில்

தாய் என்றால் பெற்றவள் தான்,

இலக்குமியும் தாய், தான்யமும் தாய்,

இயற்கையும் தாய், உலகம் முழுவதும் தாய்,

ஆதனால் அஷ்ட இலககுமிகள் தாய்,

ஆதரிப்பதும் தாய் அனைப்பதும் தாய் தான்

ஆனால் உலகில் பூமியின் மகத்துவம் தாய்

அழிக்கும் தாய்களும் உண்டு காரணமுடன்

ஆரம்பக்கல்வி கற்கும் தக்க சமயம் என் வாழ்வில்

அன்னையாணவள் தயிர் கடையும் நேரத்திற்கு

சற்றுமுன் என் தாத்தாவுடன்

சாய்ந்து படுத்திருக்கும் சமயம்

அற்புதக்கனவு அதுதான் விந்தை

அஷ்ட இலக்குமிகள் காவல் காக்கும்
நெற்களஞ்சியமும் ராகி களஞ்சியமும்
நோய்களை அகற்றி அற்புத சக்தியை
அருளும் ஆதிசக்தியாய் எங்கள்
அமைதியான வீட்டில் ஆட்சிபுரிவதை
நான் அந்த சிறுவயதில் கண்டது
நன்கு இப்பொழுதும் நினைவில் இருக்கிறது

★ ★ ★

7

அதனை எப்படி மறக்க இயலும்,
ஆழப்பதிந்த ஆதிசக்தி உணர்வுகள்
அந்த காலத்தில் நிறைந்த களஞ்சியங்கள்
அப்படியே தாத்தாவும் நிறைந்தாக நிறப்பினார்
அவருக்கு நிகர் அவர்தான் எனலாம்
அவர் குஸ்தி வீட்டையும் கடைபிடித்திருந்தார்
இராகிக் களஞ்சியத்தையும் நெல்களஞ்சியத்தையும்
இன்பமுடன் அமர்ந்து காக்கும் நிலை ஏன்?
இவர்கள் இருந்தால் அஷ்ட இலக்குபிகள் இருப்பர்
இதுதான் உண்மை நிலை, அமைதல் அரிது
என் தாத்தா காலத்தில் தான்யங்கள் தான் அனைத்தும்
எங்கும் காசு என்பதே காண்பது அரிது
பண்டமாற்று முறைதான் எங்கும் புழங்கியது
பாதைகளும் அதன் மூலம் தாங்கியது சிறப்பு
அனைத்தும் அதிலிருந்து செயல்படுவது
ஆட்சிபுரிவது சர்வசாதரணமாகும்
ஆதி இயக்குமி தான் அஷ்டத்திலும் முதல்
அனைத்திலும் மருவி ஆள்வதும் அவளே!
அகரம் எழுத்துக்களில் முதலான ஆதி இலக்குமி
ஆன்றோரும் சான்றோரும் உலகில்
ஆழப்பதிந்த அன்புத் தெய்வங்கள்
அகரம் இல்லையேல் என்ன இருக்கிறது?

ஆதியும் அந்தமும் அதில் காண்பது இனிது
ஆதி உலகம் குறைந்த உயிர்கள் உள்ள உலகமாம்
ஆறியாமையில் சூழ்ந்த உலகமாம்.
ஆதியும் அந்தமும் காண்பது என்றும் இனிது
ஆராய்ந்தால் என்றும் புதிதாகும்
அன்பும் அறிவும் உறவுகளில் கூடியது

★ ★ ★

அன்பில்லா உயிர் என்பு தோல் போர்த்தியதாம்

அனைத்தும் அறிய அன்றே உண்டு

ஆகாயமும் பூமியும் இணையா அதிசயம்

ஆதிலக்குமி எங்கும் போர்த்திய,

அஷ்ட இலக்குமிகளின் ஆதாரமாகும்

இரண்டாவதாக காண்பது தனஇலக்குமி

இன்பம் என்பது இதில் ஆயிரமாயிரம் உண்டு

இது இல்லாமல் ஒன்றுமே நடக்காது

இதுதான் உண்மை, உலகின் மூலமாகும்

இறைவனும் காசாகத்தான பலருக்கு

இறைவியும் அவளாக உண்ணா நோன்பிருப்பர்

இச்சையும் உலகிற்கு, அதன் நினைவில் மூழ்கி வா

இந்நிலை என்றும் மாறவே மாறாத உண்மை

இறைவா உலகை இப்படி எதனால் படைத்தாய்?

இதை, யாரால் மாற்ற முடியும் என்பது கேள்வி

இலக்குமிகளில் தான் இலக்குமியை விரும்புபவர்

இன்றளவும் குறைந்ததே உலகில் இல்லை

இன்றும் காலை தன இலக்குமி ஆரம்பம்

ஈயும் தன்மை பருகி வியாபார விருத்தி ஆகும்

இருந்தது இரட்டிப்பு செய்வதும் பாதையாகும்

இல்லாததை ஈட்டி இருக்க பை;பதாம்

இலக்குமிகளில் தன இலக்குமியை விரும்பாதார் யார்?

இதய தெய்வமாய் கொண்டு உழைப்பவர் பலர்
இச்சையை ஆதாரமாய் கொண்டவரும் உண்டு
இரண்டாவது இந்த இலக்குமியை
இதயத்தில் இரவும் பகலும் போற்றுவர்
இது இப்படிப்பட்ட உலகமா? இல்லை
இயன்றவரை தேடி அலையும் உலகமா!

★ ★ ★

இலக்குமிதாயே தனத்தை அள்ளிதரும்

இன்பமயக்க மூட்டும் தேன்கிண்ணமா?

இறைத்தன்மையை தனமாக உயர்த்தி

இன்றே, முக்தி என்னும் பொக்கிஷத்தை கொடு

தான்ய இலக்குமி மூன்றாவதாக அமைவர்

தாயாக நின்ற பாலை ஊட்டி வளர்ப்பார்

தீமையை அகற்றி நன்மையான மேன்மை அளிப்பாள்

தோன்றாததை ஈட்டி அன்புடன் அணைப்பாள்

தாய்க்கும் தாயாகவும் சேயாகவும் இருப்பார்

தாய் என்றால் அன்பின் அவதாரமாகும்

தேராத மகனை தேற்றி அணைப்பதும் அவளே

தாயிற் சிறந்த கோவிலும் எங்கும் இல்லை

தேற்றாத பிரசாத உணவு உலகில் இல்லை

தீமையை தீய்த்து தாய்மையை போற்றும்

தான்ய இலக்குமி பசி ஆற்றும் தாயாவாள்

தையல் நாயகியாகி உலகை வளர்ப்பாள்

தீராத அருமருந்துபால் அன்னையிடம் உண்டு

தேனாக இனிக்கும், அழகாக வளர்க்கும்

தான்ய இலக்கமியிடம் இல்லாத சக்தி உண்டா?

தேர்ச்சியாகாத இன்ப சக்தி உண்டா?

தாய்மைக்கு தாயாகவும் பால் அழுது

தானாக பெற்ற அன்னையல்லவா?

தாயில்லா பிள்ளைக்கு இயற்கை தாயாவாள்
தான்யமில்லா மகுவிற்கு தான்யமாவாள்
தமிழில் தேன் அழுதூட்டி தான்யமாவாள்
தழைத் தோங்கும் சேய்க்கு சேயாவாள்
துணாக நின்று என்றும் துணைநிற்பாள்
தூற்றுவோரையும் போற்றி அணைப்பாள்

★ ★ ★

தான்யத்தில் தான்யமாக நின்ற இயக்குமி

தாய்க்கு தாயாக சேயாக நிற்பாள்

தேனாக நின்று முதுமையிலும் இனிப்பாள்

தேற்றி கை கொடுத்து தூக்கி நிறுத்துவாள்

கஜஇலக்குமி என்பவர் நான்காவதாகும்

காட்சிக்கும் மேன்மைக்கும் விருட்சமாவார்

கேள்விக்குறிகளில் நின்று உயர்த்துவார்

கஜம் என்னும் யானைகளின் ஆதாரமாம்

காட்டில் இருக்கும் மாபெரும் செல்வம்

கஜலட்சுமி என்றால் என்றும் தவறாகாது

கேள்விகள் இல்லாமல் பதில்கள் எங்கிருக்கிறது

கேட்டால் தான் கிடைக்கும், அழுது பெறுவார்கள்

காலம் காலமாய் நடந்துவரும் செயலாம்

காட்சியில் மீட்சி எனடபர் சூத்திரமாகும்

கடவுள் என்பது இயற்கையின் உயிராம்

கீழும் மேலும் கிடத்தல் உலகின் தத்துவமாகும்

கண்ணுக்கு தெரியாத கடவுள் உலகில்

கேள்விக்கு கேள்வியாய் நிற்பார்

கேள்வி என்பது இலக்கு கஜமாவாள்

கேதாரத்தில் உயரத்தில் நின்று அருள்வாள்

கைகொடுத்து மேல்நிலைக்கு உயர்த்துவாள்

கேள்வியில்லா கேள்விக்கு துணையாவாள்

கஜலட்சுமி துதிக்கைகளின் நிலவி இருப்பாள்
கீழிருப்பதே அழகின் ஆதாரமாம்
கோடி கோடியாய் செல்வம் அதிகரிக்கும்
கஜ இயக்குமியின் அருளை பெற்றாள்
கஜம் என்னும் யானை, செர்த்தாலும்

★ ★ ★

11

காட்டில் யானை உயிருடன் இருந்தாலும் ஆயிரம் பொன்

காலம் காலமாய் புழங்கும், இறந்தாலும் ஆயிரம் பொன்

கடவுளின் ஆதாரமான விநாயகப் பெருமானாகும்

சந்தான இலக்குமி ஆதார மீட்சியாகும்

சந்தானம் பதினைந்தில் கிடைக்காதது ஐம்பதில்

கிடைக்குமா?

சாந்தி முகூர்த்தம் என்பவர் குழந்தைபேற்றிற்கு

சாந்தி முகூர்த்தில் அமைவதுவது தான் உயர்வு

சாட்சியும் செல்வமுமாவது மழலைச்செல்வம் ஆகும்

சந்தான இலக்குமியின் அருளும் அதுவே!

சோலையில் வீசும் காற்றைப் போல்

சுத்தமானது மழலையின் மனமாகும்

சதியிலும் ஏமாற்றத்திலும் சீற்றமுறும்

சந்தான இலக்குமி, பக்தியில் கரைவாள்

சந்தானமில்லா திருமணம் இனிக்குமா?

சாட்சிக்கு வாழ்க்கையில் சேர்க்கை

சேய்க்காவும் வம்ச விருத்திக்காகவும்

சொகுசாக பெற்றெடுக்கும் குழவியாம்

சீமையிலே நம் பெயர் சொல்லும் பிள்ளை

சாந்தமுடன் ஆதியை அமைக்கும்

செல்லாகாசாக வளர்க்காமல் உலகில்

சென்றமிடமெல்லாம் சிறப்பை ஈயும்

25

சுட்டிக்குழந்தை ஒன்று போதும்
சூழ்ச்சியிலிருந்து நம்மை மீட்க
செழுமை மிகு நாடுவேண்டும நமக்கு
செந்தமிழில் வழிகாட்டும் ஒளிவேண்டும்
சந்தான இலட்சுமியின் அருள் பொழிய
சுத்மான பக்தி வேண்டும் வாழ்வில்
சூழ்ச்சியும், சூழ்ட்சியில் விட்சியும் வேண்டாம்

★ ★ ★

சுத்தமான ஆழ்ந்த பக்தியில் வெற்றி
செழுமையான வளர்ச்சி உண்டு
சூழ்ச்சி இல்லை, பக்தியின் வளர்ச்சியில்
தைர்யத்தில் விளைவதுதான் வீரம்
தீமை அழியும் நன்மை செழிக்கும்
தைர்யஇலக்குமியின் விளையாட்டு வெற்றி
தைர்யத்தில் விளைவது செழிப்பின் மூலம்
திறமையும் வெற்றியும் அதன் பலன்
தேர்வும் பரிட்சையும் வளர்ச்சியின் வேகம்
தாங்குதல் என்பது அன்பின் மூலம்
தழைத்தல் வளர்தல் அதன்வேகம்
தாய்மை என்பது பெண்களின் மூலம்
தாய் தெய்வமாவது குழந்தை பேற்றில்
தேனாய் இனிப்பவள் தாய் ஒருவள்தான்
தேற்றுபவளும் முன்னேற்றுபவளும் அவளே
தாயின்றி சேயில்;லை, என்றும் உலகில்லை
தந்தையில்லாவிடில் எல்லா சூன்யம்.
தோகை விரித்து ஆடுமயில் அழகு
நிறமையாக ஆடும் நாட்டியம் அழகு
தையலாள் வீட்டிற்கு குலதெய்வம்
தாய்மையடைந்து மகுவை ஈன்றால்
தீரும் சோகம் மகிழ்சி பெருகும்

தானும் உயர மற்றவர்களையும் உயர்த்த
தமிழ்தாய் அருளும் உயர்வும் தேவை
தென்றலாய் தழுவும் தாயின் அன்பு,
தேனாக இனிக்கும் உலகில் உயர்த்துவம்
தைர்ய இலக்குமிதாயே கருணைபொழிவாய்
தானாக முன்வந்து என்றும் காப்பாய்

★ ★ ★

தலைவணங்குகிறேன் பணிகின்றேன்

தேற்றும் பக்தியில் மூழ்கி திளைக்கிறேன்

விதியின் விளைவு வித்யா இலக்குமி - ஆவாள்

வெற்றிக்கு ஆதாரமும் அவள் கையிலே!

வையம் செழிக்க அன்பு ஓங்க

வித்தியா இலக்குமியின் அருள் என்றும் தேவை

வீழ்ச்சியும் தாழ்ச்சியும் அவளின்றி இல்லை

வேண்டும் பணிவும் பக்தியும் அவளருளால்

வேழமுகத்தின் வேந்தன் இருப்பது அவள் மடியில்

வேறுபாடில்லா வித்யா இலக்குமியே ஆதாரம்

வீழ்ச்சியில் வாழ்விற்கு உன் அருளே துணை

வித்யை தான் ஆதாரமாய் உயர்த்தும்

வித்யா இலக்குமியை ஜெயிப்பவர் யாருண்டு?

விதியையும் மதியால் வெல்வது அறிவாலே

வித்யைக்கு இணை என்பது உலகில் ஏது

வீரமும் விளையும் இணையிலா வித்யையாலே

வீழ்ச்சியும் தாழ்ச்சியும் உன்னை மறந்தார்க்கு

வெற்றியும் வீரவாழ்வு உன்னை பணிந்தார்க்கு

வெல்க! என்றும் உன் புலமை அறிவு

வேந்தர்களும் புலவர்களும் உன் காலடியில்

வாழ்க! வாழ்கவென்று வாழ்த்தி வணங்கும்

வெற்றியின் சின்னம் உன்னை சேரும்

விழித்துக்கொண்டு பணிகின்றேன்
வாழும் கலையை நன்கு கற்றுத்தா!
வழங்கி அருளும் எண்ணத்தைதா!
வீழ்ச்சியில்லை எங்கள் தாயே துணை
வீழ்ச்சியை அகற்றும் பேரருளே
வெற்றியை என்றும் அள்ளித்தா!

★ ★ ★

-14-

வெற்றி என்னும் கடலில் மூழ்கடிக்க வா!
வீழ்ச்சியில்லா வாழ்வில் உயர்த்துவாய்!
விஜய இலக்குமியே! வெற்றிக்கடவே!
வீரத்தின் ஆதிமூலமே! அருள்வாய் காப்பாய்
வாழ்வே மாயம் என்பவர் அதுவெற்றி
வாழ்கை நினைவுக்கூடமாய் - மாற பெற்றால்
விஜய இலக்குமியின் அருள் மலரும்
வெற்றியின் சின்னம் வீரம் ஆகும்
வெற்றிக்கு வழிகாட்டி அன்னைதான்
வேழமுகத்தான் தன் அறிவால் வெற்றி
வாழ்தலின் இரகசியம், வெற்றி தான்
வாழ்த்து பெருவதும் வெற்றியின் மூலம் தான்
வாழத்துகிறேன் விஜய இலக்குமியே
வாழவைப்பாய் வாழ்த்துக்களுடன்
வாழ வைப்பதும் வாழ்வதும் விதியினால்
விதிக்கு விதியாய் நிற்பது நீயல்லவோ!
வேப்ப மரத்தடியில் வீற்றிருந்து அருள்வாய்
விஜயம் என்னும் அருள் வடிவே
விஜய இலக்குமி அன்னையே அன்புடன் ஆதரிப்பாய்
வீற்றிருக்கும் உன்தோரணை ஈர்ப்பாகும்
வறுமையுடன் வாடும் என்னைப்போல்

வாழும் அனைவரையும் அரவணைப்பாய்
வெற்றியின் ஊழே! வேள்வியின்
வையகபுண்ணியமே காப்பாய்
வந்தவரை வாழவைக்கும் அன்னையே
வராதவரை ஈர்க்கும் ஊழின் ஊழே!!
வீழ்வதும் எழுவதும் உயிரின் நிலை
விநாயகருடன் காட்சிதரும் அருளே!

★ ★ ★

15

விஜயம் என்பது தான் வெற்றிக்கு அழகு

வீரம் என்பது என்றும் வீரனுக்குரியது

இந்த அஷ்ட இலக்குமிகள் அனைவரும்

இசையில் அமர்ந்துதான்ய களஞ்சியங்களை

அமைதியுடன் ஆட்சிபுரிய அமர்ந்தாள்

அன்று இதைக் கனவில் கண்ட

எனக்கு எல்லையில்லா ஆனந்தம்

ஏற்றமிட்டு எங்கும் உடலில் பரவியது

அதுதான் நான் கண்ட அன்னையின்

அருள்வெள்ளம் அமர்ந்து ஆட்சிபுரிந்தது

இன்றும் அது நினைத்தால் உடல் புல்லரிக்கிறது

இப்படியாக அமர்ந்து ஆட்சிபுரியும்

இனிய தான்ய இலக்குமி இல்லத்தில் அமர்ந்தாள்

இன்றும் நினைத்தால் அஸ்ட இலக்கிமிகள்

இனிய நினைவுகள் உள்ளத்தை குளிர வைக்கின்றது

இறைஞானத்தில் இன்றும் குளிப்பாட்டுகிறது

இஞ்ஞானம் உயர் ஞானமாம், அமுதமாம்

இதை கனவாக கண்டாலும் அது

இன்றும் புல்லரிக்கும் உணர்வாக இருக்கிறது

இறைவாசனை என்பது எனக்கு சிறிது

இன்பமாக இருந்தது என்பது உண்மை

இருந்தாலும் செய்யும் தொழிலே

தெய்வமாக, மக்களுக்கு தேவையானதை
தோற்றும் மற்றும் உயிரூட்டும் காய்கறிகளை
விளைவிக்க என் தந்தை ஆரம்பித்தார்
வீணாக தொல்லைக் கொடுக்கும்
உறவினர்களை தூரம் வைக்க நினைத்தார்
உற்றாரையும் அக்கம் பக்கத்தாரை பார்த்து,

★ ★ ★

பயன்படுத்தவும் ஆரம்பித்த அவர்

பாசத்துடன் அணைப்பதிலும் தொடர்ந்தார்

அத்துடன் என் தாத்தா விவசாயத்துடன்

ஆர்வமுடன் மல்யுத்தத்தையும் கற்றார்

பண்டமாற்று அல்லது விளைச்சலை விற்றுதான்

பயன்களுக்கும் மற்ற செலவுகளுக்கும்

தேவைப்பட்டிருந்தால் அதனை தொடர

தான் தன் செலவுக்கும் நெல்லையும் ராகியையும்

விற்று சிற்சில காசு பையில் வைத்திருப்பார்

விணாக பொழுது போக்காமல் என்

தந்தையை வளர்த்தார் அவருக்கு ஒரு

திறமையான, அழகான, பக்தியான மகள்

இருந்தார், அவருக்கு அரச மரம் சுற்றும் பக்தி

இருந்ததை பார்த்து சற்று பக்தியும் தொடர்ந்தது

இதைத் தொடர்ந்து எங்கள் வீட்டில்

உண்டியலை பெருமாளுக்கும் ஆஞ்சநேயருக்கும்

உண்டாக்கி இருந்தனர், வாரப்பூசைகளில்

காசுகள் போடுவது வழக்கமாகும்

கடவுள் என்பது போட்டோ வடிவில்

தான் அனைத்தும் எங்கள் இல்லத்தில் தொடர்ந்தது

தொடங்கி பூசைகள் நடைபெற்றன

காசுவேண்டுமானால் தானியங்களை

கொடுத்துதான், பெற வேண்டியிருந்தது
இப்படிதான் என் தாத்தா காசுகளை பெற்றார்
இதையெல்லாம் கண்ட நான், ஏன்
இப்படி காசு பெறக்கூடாது என்றும்
இருகளஞ்சியங்களில் இருந்த தானியங்களை
கொடுத்தால் காசுகள் கொடுப்பார்கள் என்பதும்

★ ★ ★

காசு பெறும் வழியையும் அறிந்தேன்
ஒருமுறை ஆரம்ப பள்ளிக்கு சென்று
ஓய்வாக இருந்த சமயம் உண்டியல்
என் நினைவுக்கு வந்தது அதில் கடவுளுக்கு
எப்பொழுதும் சனிக்கிழமைகளில்
உண்டியலில் காசுபோடுவது வழக்கம்
உற்று நான் இதையெல்லாம் கவனித்த
எனக்கு காசு உண்டியலிருந்து பெறவும்
எடுக்கவும் நேரத்திற்காக கார்த்திருந்தேன்
ஒருமுறை வெள்ளையடிக்க வீட்டில்
ஒவ்வொரு பொருளையும் அட்டத்தின் மேல்
போட்டிருந்தனர், அட்டத்தில் அனைத்தும்
பரப்பி ஆங்காங்கு அடுக்கி வைத்திருந்தனர்
இதையறியாமல் உண்டியலில் காசை
இயன்றவரை எடுக்க துணிந்தேன்
அதுவே என் குறிகோளாக இருந்தது
அட்டத்தின் மேல் யாருக்கும் தெரியாமல்
ஏறி உண்டியலை மட்டும் குறியிட்டிருந்த
எழுச்சியில் உண்டியலை எடுத்தேன்
காசுகளை உண்டியலில் எடுத்தேன்
கீழிருந்த மற்ற பொருள்கள் தூசு விழாமலிருக்க
மூடிவைத்த காரணத்தினால் அவைகள்

முற்றிலும் தெரியாமல் போயிற்று
அவற்றின் மேல் கால் வைத்த காரணத்தினால்
அதில் ஏதோ படபட வென்று உடைந்த
சத்தம் கேட்டது, எனக்கு காசு எடுப்பது தான்
செயலாக இருந்ததினால் சட்டை செய்யவில்லை
வெறுமனே விட்டு விட்டு சென்றேன்.

★ ★ ★

எனக்கு பயமாகத்தான் இருந்தது ஆனால்
ஏழுமலையான் கண்ணாடியில் கை வண்ணம்
கொண்டதாக இருந்தது இது விரிச்சல் பெற்ற
கணக்கற்ற துண்டுகளாக காட்சியானது
கடவுளே கோவிந்தா இதென்ன அபச குணம்
இனிமேல் உண்டியலில் காசு எடுக்க மாட்டேன்
இறைவனின் மேல் ஆணை! என்று வருந்தினேன்
ஆனால் இலக்குமிகள் எட்டு நிலையில்
ஆழப்பதிந்த என்னில் களஞ்சியங்களின்
நீங்கா நினைவாக உண்மை நினைவு போல்
காட்சி கொடுத்தது எனக்க இன்பம் அளித்து
தான்யக் களஞ்சியங்கள் முன்னால்
தனித்து ஒருமுகமாக காட்சி கொடுத்த
அஸ்ட இலக்குமி தாய் தான்ய இலக்குமி
ஆக இருகளஞ்சியங்கள் முன் தோன்றியது
அப்பொழுது இன்பமளித்தாலும் பொருட்படுத்தவில்லை
ஆதலால் அது எனக்க பெரிதாகவும் காணவில்லை
தினமும் காலை வேளை கொட்டகை திண்ணையில்
தட்டுகளை அதாவது சோளத்தட்டுகளை
எருதுகளுக்கு திண்ண வைப்பது வழக்கம்
எருதுகளுககு இதை வருட சம்பள
வேலைக்காரர்கள் தின்ன வைப்பது வழக்கம்

வேலைகள் எங்கள் தந்தை பார்வையிடுவார்
தாத்தாவைக் கண்டால் அப்பவுக்கு பயம்
தவழ்ந்து குதிக்கும் என்னை கண்டால் பிடிக்கும்
காரணம் நான் தாத்தாவின் செல்லப்பிள்ளை
கண்முன்னாலேயே அவருக்கு நான்
இருந்தே தீரவேண்டும், அவருக்காக

★ ★ ★

இடத்திலும் எங்கும் உதவிக்கரம் நீட்டுவேன்

அவருக்கு செலவுக்க பணம் தேவைப்பட்டால்

அப்பொழுது என்னை பயன்படுத்தி

களஞ்சியத்தில் இறக்கி வைத்த விளைந்த

கேழ்வரகை அல்லது நெல்லை விற்பார்

இதுதான் தாத்தாவின் வழக்கம்

இது வீட்டில் அனைவரும் அறிவர்

இப்படியாக போய்க் கொண்டிருந்ககும் பொழுது

இக்களஞ்சியத்திலிருந்து நான் ஏன்

கேழ்வரகை கொடுத்து காசு பெறக்கூடாது?

கேட்டால் சுலபத்தில் கிடைக்காதது

சுலபத்தில் கிடைக்கும் வழி என்று

சொகுசாக நெற்களஞ்சியம் இறங்கினேன்

திடிரென தந்தையார் வந்ததினால் உள்ளே

தெரியாமல் மாட்டிக்கொண்டேன்

தந்தைக்கு ஒன்றும் தெரியாது இதைப்பற்றி

தாய் ஒரு அப்பாவி! வெளுத்தது பால் என்பார்

காலையில் என்னை படிக்க எழுப்புவார்

கோலம் போடும் முன் தயிரை கடைவார்

அப்பொழுது எனக்கு பெரும் சந்தோஷம்

அதிகாலை தயிரை சிலுப்பி (கடைந்து) வெண்ணை
எடுப்பார்

தினமுழும் அவர்வேலை அதுதான் ஆகும்
தேனாக வெண்ணையையும் உண்ண கொடுப்பார்
வெல்லம் அல்லது சக்கரையுடன் நெய் கலந்து
வெற்றுப் பாத்திரத்தில் ராகி மாவை சேர்ப்பார்
ஒட்டிய நெய் ராகி மாவுடன் சேர்ந்து
ஒரு இனிப்பு பண்டமாக மாறும் சக்கரையினால்
அதுதான் எங்கள் டானிக்காக இருந்தது

★ ★ ★

அமுதமும் அதுவாக இருந்தது எனக்கு
ஆனாலும் பெருமாள் கண்ணாடியில்
அமைந்து சிறப்பாக வரையப்பட்ட
கலைத்திறன் மற்றும் மினுக்கும் வண்ணங்கள்
கடவுளை விரும்பாதவனும் விரும்பும் அளவிற்கு
சிறப்புடன் வரையப்பட்ட பெருமாள் அழகு,
செழிப்புடைய போட்டோ கோலம் உடைந்தது
பேரிழப்பாக இருந்தது காரணம் அது
பாட்டன் காலத்துப் போட்டோ இப்பொழுது
எப்படி கிடைக்கும் என்பது தான் ஆதங்கம்
எங்கும் எனக்கு கேள்வி மயமாக இருந்தது
வேறு ஒரு பெருமாள் போட்டோ
வந்தாலும் உடைந்த பெருமாளுக்கு
இணையாகமல் இருந்தது, அதுதான்
இன்றும் நினைவில் இருந்து அகலவில்லை
இறைவா! இதை எப்படி பூர்த்தி செய்வேன்
இதுதான் எனக்குள் உறுத்திக்கொண்டிருந்தது
அ ஷ்ட இலக்குமியின் உருவம் கனவில்
அனுதினமும் பார்க்கும் பெருமாள்
உடைந்தது இரண்டும் பார்க்கும் பொழுது
உயர்வடையும் சகுனம் தெரிந்தது
நான் சிறியவன் பள்ளிக்கு செல்பவன்

நான் யாருக்கு சொல்ல முடியும் வாழ்வில்
பெருமாள் படம் உடைந்தது எட்டு பாகங்களாது
பேதையான எனக்கு புரியவில்லை
ஆனால் அதற்கு காரணம் அ ஷ்ட இலக்குமிகளும்
அந்த உடைந்த பெருமாள் கண்ணாடிகளில்
அவர் ஒருவர் எட்டு இலக்குமிகளாய் காட்சி ஆனார்

★ ★ ★

அன்புடன் கலந்த பெருமாள் விளையாட்டு

அதை புரியமாமல் இருந்த எனக்கு அவர் பாடம்

பிறகு எனக்குபுரிய ஆரம்பித்து அற்புதம்

பிரிந்து எட்டு பகுதிகள் எட்டு இலக்குமிகளிலும்

இணைந்தது பிறகுதான் தெரிய ஆரம்பித்தது

இணைந்தது எட்டு இலக்கமிகளில் ஒருவர் ஆனார்

அதுதான் பெருமாளின் அவதாரங்கள்

அ ஷ்ட இலக்குமிகளும் அவளே ஆவாள்

அந்த பெருமாளின் உடைந்த போட்டோவில்

அனைவரும் காட்சி கொடுத்தது அதிசயம்

அதுதான் இயற்கையின் இரகசியம்

ஆதிமுதல் இதுதான் ரகசியத்திலும் இரகசியம்

இதற்காக தான் பெருமாள் போட்டோ

இப்படியாக துண்டுகளாகி உடைந்து

இது என்னால் நிகழ்ந்தது எப்படி?

இழுக்கா இது? அல்லது விதியின் வலிமையா?

என்று எனக்குள் கேள்வி எழுந்தது

எப்படி இதெல்லாம் நடக்கிறது அதிசயம் தான் இது

எல்லாவற்றிற்கும் ஒரு ஆதாரம்

எங்கும்பரவிய பரப்பிரமம் ஓங்காரம்

ஓம்கார வட்டத்திற்குள் மறைந்திருப்பது

ஓயாத அற்புதங்கள் பற்பல

அண்டத்தை ஆள்வதும் இதுவே ஆகும்
ஆண்டவன் பற்பல இதற்குள் அடக்கம்
அசைவதும் அசையாமலிருப்பதும்
ஆட்சியில் உலகில் அற்புதம்
இங்கு வட்ட வடிவில் களம் உருவாகி
இங்கிதமாக அமைந்து ஆட்சிபுரியும்

★ ★ ★

இங்கு நெற்களஞ்சியம் என்பர் இரண்டாக
இங்கு நெல்லையும் ராகியையும் கூட்டுவர்
இரு ராசிகள் வேறுவேறாக அமையும்
இராகி இராசிகள் ஒருபுரம் குவியும்
நெல் இராசிகள் மற்றொருபுரம் இருக்கும்
நாட்டில் மக்கள் ஒன்றில் இரண்டை
ஏற்றி பண்படுத்தி பதமாக்குவார்கள்
எல்லாருக்கும் உணவாகும் தான்யங்கள்
அனைத்தும் நன்கு உலர்த்தி இங்கு
அனைவரும் பயன்படுத்த அனுப்புவர்.
இக்களம் இலக்குமியின் நிலைகளம்
இணைந்தால் அனைவருக்கும் வளம் சேரும்
தானமும் தருமமும் இங்கு ஆரம்பிக்கும்
தழைக்கும் பொழுது மகிழ்வு ஓங்கும்
களத்தில்தானம் பெற சில மக்கள்
கங்கனம் கட்டி அங்கும் இங்கும் செல்வர்
உழைப்பின் பலன் களத்தில் காணும்
உண்மை, தான் தருமம் இங்கு தொடங்கும்
பயிர்களிலிருந்து பிரிக்கப்படும்
பயன்படுத்தப்பட்ட தான்ய வகைகள்
களத்திலிருந்து களஞ்சியத்திற்கு
சேர்க்கப்பட்ட எல்லா தான்யங்களும்

செலுத்தப்படுகிறது சுத்தப்படுத்தியவுடன்
சேமிக்கப்படுவதும் அங்கு தான்
செலவுக்கு தேவைகளை பண்டமாற்றில்
சரிசெய்து உழைப்பின் பலனை அனுபவிப்பர்
களங்களில் பற்பல தான் தருமங்களும்
கொடைகளும் முறத்தின் வாயிலாக

★ ★ ★

அந்த காலத்தில் விளைச்சலுக்கு பின்

அழகாக நடக்கும மகிழ்ச்சி தருமம்

மற்றொன்று சிறுவர்களை மகிழ்விப்பது

மோகமுடன் பெறும் வேர்கடலை காய்

ராகி மற்றும் நெல் தானியங்களை குவியலாக

ரசிக்கும்படி அங்கு குழுமியிருக்கும்

கடலைகாய் வறுத்து விற்கு பெண்

காத்திருக்கும் பெண்களை போற்றலாம்

நெல் மணி கொடுத்தாலும் வறுத்த

நேர்த்தியான கடலை காய்க்கும்

அவர்களுக்கு அறுவடை சமயங்களில்

அதிசய வியாபாரமாகும் என்பதில்

எந்த சந்தேகமுமில்லை அதுவே கொண்டாட்டம்

என்பது தான் உண்மை நிலையாம்

உழைப்பே உயர்வு என்பதற்கு இதுதான் சாட்சி

ஊழையும் உப்பக்கம் காண்பர் உழைப்பில்

உழைப்பவர்களுக்கு எப்பயமுமில்லை

உண்மை என்றுமே வெல்லும் உலகில்

களஞ்சியத்தின் மகிமை களத்தில் தெரியும்

கீர்த்தியின் தன்மையும் அதிலே புரியும்

கொட்டிக்கிடக்கும் நெல்லும் ராகியும்

களத்தில் குவியும், காவலும் உண்டு

நல்லவர்கள் வாழ்வு நன்கு சிறக்கும்
நாளும் பொழுதும் சோம்பலில் இருப்பவர்
நாட்டில் செழிப்பது எப்பொழுதும் கடினம்
நீளும் ஆட்சி திறமையில் அமையும்
தீமையை விளைவிப்பவர் தாக்கப்டுவர்
திறமை இல்லாதவர் தோற்கடிக்கப்படுவர்

காலம் கலியாய் இருந்தாலும், அதில்

கேள்வி இறைவனைத் தொடர்ந்தால்

சிறப்பே விளையும் களத்தில் தெரியும்

காவல் காக்கும் நல்லவர்கள் வாழ்வர்

கேள்வியில் சோம்பல் காட்டுபவர்

ஒழிந்து அழிந்து இடம் தெரியாமல்

ஓட்டம் பிடிப்பது திண்ணம் இங்கு

பேயும் துரத்தும் தூக்கிபோடும்

பாய்விரித்து குடிசலில் படுத்திருந்தாலும்

இங்குபடுத்திருப்போர் தீயவர்களானாலும்

இச்சையில்லாமல் போய் படுத்திருப்பர் அழிவர்

இதுதான் களத்தில் நடக்கும் காவல் நிலைமை

இறைவன் கருணைப் பெற்றவர் என்றும் வாழ்வர்

தானியங்களை தூற்றி பதப்படுத்துவது களமாகும்

தானியங்களை பாதுகாப்பாக வைப்பது களஞ்சியமாகும்

இரண்டும் உயிரை நிலைநிறுத்தும் சூத்திரமாகும்

இக்களத்திலும் அஷ்டலட்சுமிகள்

இனிமையுடன் அருள்புரிவது வழக்கம்

இக்களமும் அருள் மூலம் தொடங்குகிறது.

களங்களில் கனிந்த தான்யங்கள்

களஞ்சியம் சேரும் அனைத்தும்

கடவுளை அடைந்த மானிடர் அனைவரும்

கடைசியில் சேர்வர் சொர்கவாசலில்
களங்கள் அனைத்தும் தான்யங்களை
கனிவாக சுத்தப்படுத்தி சேர்ப்பர்
குழந்தைகளின் களம் என்னும் மார்பகம்
குலாவி அனைத்தால் அழுதுண்ணுவார்
தனங்களில் ஊரிப் பெருகும் பால்

★ ★ ★

தன்னை அணைக்கும்குழவி தாய்சோர்பாள் சேரும்

தாய்மை என்பது மாபெரும் அருளாம்

தாய்மையினால் அனைத்தும் செழிக்கும்

தாய்நாடு என்று போற்றி வாழ்வது

தன் மனதின் பொக்கி∴ம் பெற்றல்லவோ?

கனிவு அருளாசி அன்னையின் அருளாலே

காதலும் சாதலும் அன்னையின் பெருமையாலே

களங்களில் சிறந்தது மார்பகம்

காலத்தே அமுதுண்ண அதுவல்லவோ

குழந்தைக்கு ஆதாரம் அன்னை அணைப்பில்

குலாவி கொஞ்சுவதும் அவள் மடியில்

இதுதான் என்றும் உலக உண்மை

இயல்யில் இதுதான் உண்மையின் தன்மை

களங்கள் உலகில் பலவாகும்

காலம்பதில் சொல்லிக்கொண்டிருப்பது

கனிந்து அருளாசியாகும் உலகில்

கோழைகள் என்பது குழவிகளில்லை (இல்லை)

போர்களில் கணக்கற்று நிலவும்

பணிந்தவர் வாழ்வு என்றும் இனிக்கும்

பார் புகழும் கவிதைக்களங்களை

போராடி பெருவதல்ல தானாக அமையும்

களங்களை அடைந்தால் களஞ்சியம்

கனிவாக அடைவது அதிசயமல்ல
அறிவுக்களங்கள் என்பது நூலகங்கள்
ஆனந்த மூட்டுவதும் அதுவாகும்
அன்புக்களஞ்சியம் என்பது இதயமாகும்
ஆரமுதுடன் அனைப்பது தாய்மை
மனித குலத்திற்கு இருதய களஞ்சியம்

★ ★ ★

மாபெரும் இயற்கையின் கொடுமையாகும்

கற்பனைக்களஞ்சியம் மனமாகும்

கேள்விகள் நிறைந்து மனதுதான்

பற்பல பிறவிகளின் தொடக்கம்

பாரில் என்றும் அதிசய மனிதனாக்கும்

களங்களின் திறமை களஞ்சியங்களில்

கண்கூடாக உலகிற்கு தெரியும்

இதுதான் இயல்பின் இரகசியம்

இவ்வுலகில் மனித உயிர்களின் நிலைகளம்

தற்பொழுது களங்களை எல்லா துறைகளிலும்

தானாக அமைக்க தோன்றுகிறது

களங்கள் இல்லாமல் களஞ்சியம

காணாமல் போகும் இதுதான் நிலையாம்

அக்காலம் இந்நிலையை தான் போற்றி

அமைப்பது வழக்கமாக இருந்தது

இப்பொழுது எல்லாம் காசுமயம்

இதன் போக்கு எங்கு கொண்டு செல்லும்

இதுதான் கலியுகம் நடக்காதது நடக்கும்

இல்லாதது இருக்கச் செய்யும் உலகம்

எல்லாம் மாயை எதிலும் மாயை

எடுத்துச்சொல்ல எங்கு போய் வார்த்தைகளை

தேடுவேன் இறைவா! தமிழ் தாயே

தேவையில்லா மாயை உலகம் பொய்
இரண்டு பயங்கரமான எழுத்துக்களை கொண்ட
இசையைக் கொண்ட இனிக்கு மாயையே
எல்லாரையும் உன்னில் ஈர்த்து வெல்கிறாய்
எத்தனை பிறவிகளை கொடுப்பாய் தெரியவில்லை
உன்னிலிருந்து விடுபடுவது எப்படி?

★ ★ ★

27

ஊழையும் உப்பக்கம் பார்க்க இறைவா
ஊதவி செய்வாயா? அன்புடன் வணங்கும்
ஊழை வெல்ல எவ்வழி அளிப்பாய்?
"நான்" என்பது ஊழ் எனும் மான்யையின்
நல்ல அவதாரமாகும், இந்த அகங்காரத்தின்
நன்மையில்லா அனைத்து நிகழ்வுகளும்
நோய் நொடியில் மாட்டிவிடும் மாயையின் செயல்
நான் மனிதன் என்பதே மாபெரும்மாயை
நானில் நிறைந்த எல்லா அகங்களும்
ஏமாற்றுவேலை அறிவாயா மானிடா!
ஏமாப்பு என்பது மாயையின் வேலை
மனிதன் என்பார்கள் இது எத்தனை நாட்கள்?
மாய்ந்தபின் இதற்கு பெயர் என்ன?
மாயாத உயிர்கள் இல்லை உலகில்
மங்காத தோற்றம் இல்லை வாழ்வில்
மரம் செடிகள் ஒன்றல்ல ஓராயிரம்
மாற்றங்களில் மாயையின் அவதாரம்
ஒன்றைப்போல் ஓராயிரம் உயிர்கள்
ஒய்வின்றி மாற்றங்கள் தொடரும் இங்கு
இதுதான் மானய உலகம் சூழற்சியில்
இதையறிய வேண்டும் பல பிறவிகளில்
இன்றிருப்போர் நாளை இல்லை என்பது

இசைவைப் பெற்ற மாயையின் சூத்திரம்
மாயைகளுக்கு மாயை என்பது பேய்
மனிதர்களை பயமுறுத்தும் ஒருகாற்று
அதனால்தான் ஆவி என்பர் பேய்களை
அவைகளுக்கு பூத உடல் என்பது இல்லை
அஸ்ட இலக்குமிகள் நிறைந்த களங்களில

★ ★ ★

தான்யங்களுடன் தனமும் சேரும்

இப்படி இருக்கையில் தீய எண்ணங்களுடையவர்

இருட்டில் வாழ்ந்து இருளெண்ணம் கொண்டவர்களை

இருட்டிற்குரிய பேய்கள் விளையாடும்

இப்படி படடவர்களுடன் குடிசலிருந்து

இடமாற்றம் செய்து, தன் கைவரிசையை

இன்பமாக காட்டும் தீய சக்திகள்

களத்திற்கு வெளியில் தான் அது பலிக்கும்

கோழையாய் இருக்கும் பேய்கள் படுத்த

காவல் ஆட்களை வேறொரு இடத்தில்

கண்டபடி போட்டு விடுமாம் பேய்கள்

காலையில் நெல் மற்றும் ராகி இராசியை

கண்காணிக்க சென்ற நாங்கள் ஏன்

என்று கேட்டால் தெரியவில்லை

என்பவர் வேலை ஆட்கள், பேய்களின்

ஆட்டம் என்பர் அனுபவம் பெற்றவர்கள்

ஆனால்களத்திற்குள் எதுவும் நுழைவதில்லை

அங்கு அஷ்ட இலக்குமிகள் இருப்பர்

அதனால் எதுவும் அண்டுவதில்லை

காலையில் சூரிய ஒளிகள் படர்ந்தால்

கனிவாக காற்றும் தென்றலாகும்

விளைச்சலின் பலன் முதலில் தானதருமங்களுக்கு

விளையாட்டாக அது பறவும் மகிழ்விக்கும்
என் வாழ்வில் ஒருமுறை தாத்தாவுடன்
எழுந்தவுடன், காலை உணவு உண்டவுடன்
தாத்;தா கிணற்றில் குளிக்க கூட்டி சென்றார்
தோட்டத்தில் இருக்கும் கிணற்றில்
ஒருபுறம் ஏற்றம் நீர் இறைக்க இரு நீளக்கற்கள்

★ ★ ★

ஒருபுரம் அதற்கு நேராக ஏற்றம்

இரண்டு கீள் கற்களின் மேல் நின்றவாறு

இரண்டு கால்களையும் பதித்தபடி

நீரை ஏற்றச்சால் மூலம் நீரை இறைப்பார்

நேராக நிறுத்தப்பட்ட கல் அதற்கு துணை செய்யும்

இதுதான் கிணற்றின் நிலையாகும

இதைவைத்து கிட்ட தட்ட ஒரு ஏக்கர்

நிலத்திற்கு சுலபமாக நீர்பாயச்ச முடியும்

நிலைமை இப்படி இருக்க எங்கள் தாத்தா

ஒருமுறை நீச்சல் அடித்துக்கொண்டிருக்கும்

ஓய்வு சமயம் தீடீரென

சோர்வுற்றபடி உள் இழுக்கப்பட்டர்

சட்டென்று நான் கணடேன் அதனை

ஏற்றம் இறைக்கும் கல்லின் மேல்நின்று பார்த எனக்கு

எடுத்து தூக்கி ஒரு கையை அசைத்த பொழுது

நான் பிடித்து இழுக்த்துக்கொண்டேன்

சிறுவனான எனக்கு நீச்சலும் தெரியாது

சற்றும் எதிர்பாரா வண்ணம நான்

கையை பிடித்து இழுத்துக் கொண்டது

காலம் செய்த கோலமோ என்னமோ?

அவரும் கல்லை பிடித்து ஓய்வு கொண்டார்

அடுத்து மெதுவாக படிகளை பிடித்த

வண்ணம் மேலும் ஏறி வந்து விட்டார்
வெற்றிப் பாதையை தந்தைக்கு ஏற்படுத்தினார்
தாத்தாவின் செல்வம் செல்வாக்கு
துணையுடன் அவர் பெற்ற தோட்டம்
மற்றும் அவர் வாங்கிய கொல்லை நிலம்
மாபெரும் களம் பெற்ற தான்ய பூமி

★ ★ ★

ஆதாரமாய் பெற்று விளங்கியது இரண்டு

அசையா ஏக்கர் சொத்து ராகி விளை நிலமாம்

ஆனால் என் தந்தை முன்னேற அடி வைத்தார்

அதன்மூலம் வேண்டிய அளவு நிலங்களை வாங்கி

உயர்வின் மீது உயர்வை பெற்றார் வளர்ந்தார்

உயர் மக்கள் பலருடன் என்னை தொடர்ந்து பிறந்தனர்

ஆறில் நின்றுத்தி என் தந்தை புகழில் உயர்ந்தார்

அனைவரும் துணை நின்றதில் வெற்றிக்கொடி

நாட்ட நாங்கள் துணை நின்றோம் தந்தைக்கு

நாளும் பொழுதும் உழைப்பில் வளர்ந்தார்

முதலில் பிறந்தவர் அண்ணன் கண்ணன்

மொழி தெரியா ஓதூரில் ஓங்கவைத்தார்

அவருக்கு துணை நின்ற நானும் கோவிந்தசாமியும்

அவருடன் சீனிவாசனும் துணை நின்றோம்

மாடுகளை பராமரித்தவர் இரண்டாம் அண்ணன்

மேய்த்தவர் பாலுக்கும் வெண்ணைக்கும் பஞ்சமில்லை

தாயின் துணையுடன் வெண்ணெய்யில் மூழ்கினேன்

தந்தையின் துணையில் படிப்பை பெற்றவன்

இயற்கை என்னை இப்படி செம்மைப்படுத்தியது

இதை எப்படி விளக்குவது புரியவில்லை

இறைவனின் அருளும் இயற்கையின்

அரவனைப்பும் என்னை ஆதரரித்தது

அன்பும் இறைத்தன்மையும் தானாக வளர்ந்தது
அஸ்ட இலக்குமிகளுடன் அன்னை
அகிலத்தை ஆளும் மரகதாம்பாள்
என்னுடன் இருப்பதுதான் பெரும் சக்தி
எல்லாம் அதனால் சிறப்படைந்தது
வருடம் ஒருமுறை கொண்டாடும்

★ ★ ★

வாழ வைக்கும் கோட்டை மாரியம்மன்

ஊரின் காவல் தெய்வமாக இருந்தது

உலகத்தை காக்க என்றும துணையானது

இந்த மனித தெய்வம் மனதின் தெய்வம்

இச்சைகளை பூர்த்தி செய்யும் தாயாவாள்

விளக்குகளை விரும்பும் விந்தைத் தாய்

வீரத்தில் மூழ்கடிக்கும் எதிரிகளை அழிக்கும்

மாவிளக்கில் மிகவும் மகிழும் தெய்வம்

மகிமையோடு சுற்றிலும் அகழி

சூழ்ந்து தன்னை நோக்கி வருபவர்க்கு

சிறிய ஈர்க்கும் வழியை பெற்று தருபவள்

சிந்தனைக்குறிவள் இப்பெரும்தாய்

சொகுசான நீர் அகழியைக் கொண்டவள்

இத்துடன் ஒருத்திக்கு ஒருவன் என்னும்

இமயத்து சூத்திரத்தை கொடுத்த ராமர்

சிறுகோவிலும் அக்கோட்டைக்குள்

சிறப்பாக ஈர்க்கும் செயலைக் கொண்டது

மென்மையைப் பெற்ற அக்கோட்டையில்

மான்புமிகு சிவசந்நிதியும் மறைந்திருந்தது

தேடினால் கிடைக்கும் அருளாக இருந்தது

திறமைக் காட்டினால் கண்ணுக்கு

தெரியும் தெய்வமாக தெரிந்து கோட்டையில்-கோவிலில்

தாழ்ந்த பகுதயில் சிவ ஊற்றாகியது
தன்டைக்கம் பெற்றவர் தாழ்ந்து இறங்கி
தெய்வமாக தேடினால் கண்ணுகு தெரியும்
திங்களின் தெய்வம் திறமையின் அருள்
தன்னை உணர தாழ்த்திக் கொள்ளும் சிவமாம்
மும்-மலைகளை தன்னில் ஏற்ற ஊர்

★ ★ ★

மொழிகளில் மூன்றை தாங்கிய ஊர்
முதுமொழியுடன், தெலுங்கும் கன்னடமும்
மூத்த ஆன்றோர்களையும் சான்றோரையும்
மக்களாய் பெற்ற ஊர் எங்கள் ஓதூர்
முதல் கவர்னர் ஜனரலை ஈன்றது எங்கள் ஊராகும்
மரணத்தை தடுத்தாட் கொள்ளும்
மாபெரும் புண்ணியங்களை கொண்டது
மரகதாம்பாள் சமேத சந்திரதூடேஸ்வரரை
மத்தியில் தலை தூக்கி ஓங்கி நிற்கும்
மலை எங்கள் ஊரின் உயர்மலையாகும்
முக்திக்கு சூத்திரமாகும் சிவதீர்த்தம் கொண்டது
மோகத்தை நீக்கி உண்மை நிலை கொண்ட
மாபெரும் சகதிவாய்ந்த மலை இதுவாகும்
மரகதாம்பாள் அன்னை மலை, என்று போற்றும்
முக்தியின் சக்தியை பெருக்கும் அமுதமலை
மாண்டாரை உயிர்பிக்கும் சந்திரமலை
முழுமையான முக்திக்கு உயிரானமலை
மகாகுளமான பச்சை நிறமுடைய நீரை
மரகதாம்பாள் குளித்த சாட்சியை சாரும்
மலையின் அடியில் இருக்கும் குளமாம்
மல்லியாய் மாற்றிய பிணத்தின்நிலையை
மாண்புரச் செய்து மத்தியில் திகழும்

மேருவை ஒத்தமலை சந்திரதூடேஸ்வரமலை
மணக்கும் மல்லிமலர்களைப்போல்
மரகதாம்பாளும் தன் பக்தர்களை ஆட்கொள்வாள்
முனிவர்களை ஈர்க்கும் - மலை, இம்மலை
மோட்சம் அருளும் ஆதிமலை இம்மலை
மரகதாம்பாள் அன்னை குளித்தினால்

★ ★ ★

மாரிய பசுமைக் கொண்டது

மணக்கும் தன்மையை கொடுக்கும்

மலையைக் கொண்ட இம்மலை அடிவாரத்தில்

மன்னைத்தொட்ட பிணம் மணக்கவும்

மோகத்தில் இறைவனடி சேரவும்

மாய உலகை மாற்றியமைக்கவும்

முக்தியை அருளும் காசியை காட்டிலும்

மரகதாம்பாள் சேத்திரம் சிறந்ததாக

மாந்தர்க்கு மருவி நிற்கும் புன்யபூமி

மாய உலகங்களை மாற்றியமைக்கும்

மோக உலகத்திலிருந்து விடுவிக்கும்

மல்லி மணம் கொண்ட இப்பூமி

மீட்சியை அருளுவது அற்புதம்

மத்தியில் மரகதாம்பாள் அன்புடன் நின்று

மற்ற இருமலைகளை விட உயர்ந்து

மௌன முனிவர்களை ஈர்க்கும்மலை

மும்மூர்த்திகளுடன் கூடியமலை

மத்தியில் மணம் வீசும் மரகதாம்பாள்

மோகன வலைக்கு வலது புரம் இலக்குமியும்

மூன்றாவது மலையில் எனும் ஞானம் அருளும்
சரஸ்வதியும்

மாபெரும் நீத்தியுடன் எழுந்தருளி

மீளும் துயர்துடைக்கும் தேவிமார்களும் மூன்று
முழுமையான அருளை வீசும் ஊர் ஒதூர்
மெளன குருமார்களை உருவாக்கும் மூன்றாம்மலை
முழுமை என்னும் முக்தி அருளும் ஓம்கார ஊராகும்
ஓம்காரம் உயர்ந்த மந்திரமாகும்
ஓம் இல்லையேல் உலகில் ஒன்றுமில்லை
ஓமை சேர்த்தால் அனைத்தும் உயிர்பெரும்

★ ★ ★

34

ஓமில்லாமல் உலகம் என்பது ஒன்றுமில்லை

ஓமில் உதித்த அனைத்து தேவர்களும்

ஓமில் அடக்கமாவது தான் மும்மூர்த்திகள்

ஓமின்றிஅ ண்டத்தில் ஒன்றுமே இல்லை

ஓமில் உதித்த அனைத்தும் கண்ணில் தெரியும்

ஓலிக்கும் ஓம்காரம் ஆதாரமாம்

ஓம் காரத்திலிருந்துதான் உயிர்கள்

ஓம் என்று உருவாக, உயிர் பெருகின்றன

ஓமின்யீற உயிர்களும் உலகும் இல்லை

ஓழிந்து வெறும் வெற்றிடமான

ஓன்றுமில்லா நிலமையை பெரும்

ஓம்தான் உலகில் ஆதார சிருஷ்டியாம்

ஓமில் தோன்றிய மும்மூர்த்திகள்

ஓனமக்கொண்டுதான் சிருஷ்டியை

ஓழுங்குபடுத்த முயல்கின்றனர்

ஓமிற்குள் மூழ்கி இன்பம் பெருகின்றனர்,

ஓமை உச்சரித்தயோகிகள்

ஓருமையுடன் உயர்கின்றனர்

ஓம்காரம் ஒன்றுதான் முழுமையாகும்

ஓம்காரம்தான் முழுமையுடன் செழிப்பாகும்

ஓமை பிடித்தவர் வாழ்வர் வளர்வர்

ஓம் கூட்டாத தெய்வம் சூன்யமாகும்

ஓம்மைக்கொண்டு மும்மூர்த்திகள்
ஓம் என்று பிரம்மா, விஷ்ணு, சிவன் உலாவகின்றனர்
மும்மூர்த்திகள் திகழும் இமலைகள் ஊரான
மணம் கமழும் மல்லிகள் நிறைந்தது
மணக்கும்படி செய்தது இவ்வூரில்
மாய்ந்த உடலும் மணக்கும் தன்மை பெற்றது

★ ★ ★

35

மாய் உலகில் இவ்வூரில் இது நிகழ்ந்தது

முக்திக்கு, முழு பக்தியை அருளும் மண்

மூன்று பவித்திர மலைகள் பரவியது இவ்வூர்

போக வலையிலிருந்து விடுவித்து உயிர்களை

மேலுலகுக்கு வழிவகுக்கும் எங்கள்

மூன்று மலையூர் வலதுபுரத்தில் பிரம்மன்மலை

மாயத்தின் உருவகமான பெருமாள் மலை ஒருபுரம்

மாண்டவர் மல்லி மலராக மாறுவார் சிவன்மலையில்

மாபெரும் அதிசயமாக கொண்டது

மும்மலையில் மும்மூர்த்திகள் பெற்றது

மாயக்கண்ணன் இவ்வூரில்

மோகன உருவத்தில் இரு அம்மையுடன்

முக்தியை அருள போட்டிபோடுவர்

மூன்றம் மூர்த்தியாக சிவனை நோக்குகிறார்

மாசில்லா வீணையைக் கொண்டு

மாமுனிவர்களை அன்னை சரஸ்வதி

முகதிக்காக அழைத்து அணைக்கும்

முழுமை உணர்வு இங்கு நிலவுகிறது

மாதவம் என்ன? என்பது உணர

மோகவலையிலிருந்து மீள, அருள,

மாசை போக்க, புனிதமாக்கும்

முக்தியின் சின்னம் இம்மலையாம்

மூன்றாம் மலை முதுமலையாம் முக்தியின் வழியாகும்

காசியை விட உயர்ந்த பவித்ர சேத்ரம்

கோபுர தரிசனம் கோடி புண்ணியம் என்பர்

கூட்டுமலை என்பது ஒதூரின் மும்மலைதான்

காலை இல்லாமல் மாலை எப்படி உண்டாகும்

கீதம் தொடர்ந்தால் இசை தொடரும்

★ ★ ★

36

கேதாரத்தில் கேதார கௌரியுடன் சிவன்
காதல் உணர்வுகள், சுயநலம் பெரும்
கால பைரவர் சிவமலை மத்தியில் அருளுவர்
கோழைகளை வீரனாக்கும் சிவ அம்சம்
கீதங்களிலும் காந்தம் பெருகும் நிலை
காலத்திற்கேற்ப காத்து நிற்கும்
கோலத்திற்கு கேற்ப நிலைமைகள் மாறும்
காதலா, சாதலா? என்றால் அன்பின் உச்சம்
காலபைரவர் என்றும் கைவிடா நிலை
கடைசி கட்டம் வாழ்வின் உச்சம்
காலையில் எழுந்தவுடன் கனவின் தொடக்கம்
கண்காண வெற்றியின் முழக்கம்
கீழ்வானம் சிவக்க ஆதவன் ஏற்றம்
காலங்கள் கனிய உலக தொடக்கம்
கோலங்கள் அற்புதம் கண்கில்லாமல்
கோத்து கொத்தாக மலர்கள் மலர
கோதையர் கூந்தால் மலரின் ஏக்கம்
காணக்கிடைக்கா இயற்கை வண்ணம்
கீதம் இசைக்க இன்னிசை வண்டுகள்
கூட்டம் கூட்டமாக அன்பில் சூழ
கோழிகள் கவரும் சேவல் கூடவ
காலைப்பொழுதும் புலரும் வண்ணம்

கடவுளை நினைத்து வளரும் நாழிசையும் வரும்

மூன்று மலைகளை கொண்டது எங்கள்

மும்மலையூர் ஓம்கார ஓதூர் ஆகும்

இவ்வூரில் பிறந்த அனைத்து உயிர்களும்

இறைவளின் அருளைப் பெற்ற ஊராம்

ஓம் என்றால் ஆக்கல் அழித்தல் காத்தல்

★ ★ ★

ஓமில்லாமல் ஒன்றுமே ஏன் இல்லை?

வெற்றிடம் என்பது தான் இதன் சிறப்பு

வேதங்களின் பிறப்பிடம் ஒம்காரம்

அப்படிப்படட ஒங்காரத்தைக்கொண்டு

அழியாப்புகழை என்றும் பரப்பும் ஊர்

அருள் நிறைந்த அம்மை அப்பனைக்

கொண்டு ஆட்சி புரிவதில் எந்த

கோட்பாடும் தேவையில்லை இவ்வூரில்

கன்னடமும் களி தெலுங்கும் தவழும் ஊர்

கவிதைகளுக்கும் பக்திக்கும உயிரான ஊர்

என்னை ஈன்றெடுத்த ஊர் இவ்வூராகும்

என்னில் இறையும் கலந்து பரவியது

இங்கு வாழ்நது வாலிப்பருவத்தை அருந்தினேன்

இதில் என்தாய் மரகதாம்பாளின் அழுத்தத்தை

பருகி பரவசமடைந்த எனக்கு அன்று

பெருமை வாய்ந்த பரதம் அழியாதது என்று

இவ்வூரில் எனக்கு எல்லாம் கிடைத்தது

இதுதான் பிறவிப்பயன் என்று உணர்ந்தேன்

மரகதாம்பாள் தாயே! முக்தியில் அமர்ந்தாயே!

மரணமில்லா உணர்வை வந்தே பரதம்

மாய உலகின் சூழ்ச்சியிலிருந்து

மீட்க வந்தாயோ என் கனவில்

உலக உச்சிக்கு என்னை கொண்டு செல்ல
உண்மை வழி இதுவென்று வழிகாட்டினாயோ!
ஒன்றுமேபுரிவில்லை உன் ஆட்டத்தின்
ஓம்கார நடனம் சிவத்தின் அம்சம்
எனக்கொன்றும் வித்தியாசம் தெரியவில்லை
எல்லாம் ஒன்றான ஓமின் பிரதிபலிப்பு

★ ★ ★

இது எனக்கு கொஞ்சம் கொஞ்சமாக

இம்மண்ணில்புரிய ஆரம்பித்தாலும்

காரணம் கேள்விக்குறியாகத்தான் இருந்தது

கனப்பொழுது எனக்குள் தெரிகிறது

ஆனாலும் ஒன்றானவன் கையிலை நாதன்

அன்று இரண்டாக ஆட்கொள்ள சந்திரனாக

ஆட்சிபுரிந்தது உலகை பாதுகாக்ககுறியாகும்

அதுதான் இவ்வூரின் மாபெரும் மகத்துவம்

சிவனிருக்க ஓம்காரம் முழுமை பெற

சிவனின் மாற்றமும் உயிர்பித்தலுக்காக

பிரமமா, விஷ்ணு அருகில் தோன்றி

பெருமை மிகு ஓம்காரத்திற்கு முழுமை சேர்த்தனர்

இச்செயல் இங்கு மலைகள் மூன்றிலும் அமர்ந்தனர்

இதனால் இவ்வூர் ஓம்காரமாக திகழ்கிறது

அதனால் இவ்வூர் புதுமை பெற்று

அரவணைப்பை பெற்ற ஓசஷூர் ஆனாது

இதுதான் மறுவி ஒதூர் என்றாகியது

இவ்வூரின் மகிமை பெரிது உயர்ந்தது

உணர்ந்தவர் உயர்வர் போற்றப்படுவர்

உழைப்பிற்கு உயரிய பதில் கிடைக்கும்

ஆதாரம் தான்தோன்றி மண்தோன்றி

ஆட்சி புரிவதுபோல் இதுவானது

இயற்கையின் சூழல் எல்லாம் இன்பமயம்
இயலாதது ஒன்றமில்லை ஆக்கலும் மறைதலும்
இயற்கையானது
நல்லெண்ணமுடையடவர் தான் இங்கு
நன்கு வாழ்வர், மற்றவர் நுழையுவும்
முடியாது, இந்த எல்லையிலிருந்தே திருப்புவர்
மூன்று என்பது தான் இவ்வூரின் இரகசியம்

★ ★ ★

வேள்விகளும் பூசைகளும் இவ்வூரின் ஆதாரம்
தீமைகள் தீய்ந்து சாம்பலாய் போகும்
தாயிற் சிறந்த கோவிலுமில்லை இதன் நீதி
மும்மூர்த்திகளே காவலாய் நிற்கும் மலை
மோகவலைக்கொண்டது தான் இதன் சிறப்பு
இவ்வூர் என்றால் ஆக்கலும் அழித்தலும்
இசைவுடன் செழிப்புற்று திகழும்
இதில் காத்தல்என்பது கண்ணனின் அவதாரம்
இன்றும் என்றும் இதன் தன்மை நீடிக்கும்
இவ்வூரே உயர்ந்த மட்டத்தில் இருக்கும் பொழுது
இம்மூன்று மலைகளும் தங்களுக்கே உரிய
தனிமையையும் தன்;மையையும் அருளும்
தேனாக தியானமும் அருளும் ஓங்கும்
தாய்திருநாட்டின் எல்லைகோடு ஆகும்
தழிழ்தாயின் பெருமையை சாற்றும்
மும்மலையாலும் அருள் பெற்ற எல்லையாம்
மொழியின் மல்லி மலர்களின் கரகம்
வருடம் ஒருமுறை எடுக்கப்படும் சிகரம்
வன்னிய குலத்தினர் பெருமை சேர்க்கும்
கோலவிழி நாச்சியார் அம்மை திரௌபதி
காதவால் அன்புருகி பொழியும் அருளாம்
அதைப்பெற அனைத்து ஊர் மக்களும்,

அன்புடனும் பக்தியுடனும் இரவெல்லாம்

கண்விழித்து இன்பம் எய்யத்தான் செய்யும்

கரகத்தை மல்லி மலருடன் பார்த்தல புண்ணியம்

ஆரம்ப காலத்தில் கீழ் பகுதியான நிலம்

அதற்கு கீழ் தோட்டம் என்று புழங்கினர்

அங்கு ஈசான்யத்தில் சிறிய கிணறு, அக்னி முலையில்

★ ★ ★

அதில் ஒரு மண்டபம் தங்க ஓய்வு

பெறுவதற்கேற்ப ஒரு திண்ணையும் ஒருபுரம்

பொருள்கள் வைக்க சிறிய அறையும்

இருந்தது அதற்கு கால்வாய்களுக்கு தெற்கு

இரு புளிய மரங்கள் பிரம்மாண்டமாக

வளர்ந்து மண்டபத்திற்கு நிழலை அருளியது

வாய்ப்பு இருக்கும் பொழுது ஓய்வெடுக்க

மற்றும் தோட்ட பொருள்கள் வைக்க

மிகவும் சிறிய இரண்டுக்கு பத்தடி அறை

அதில் சணிக்கை என்னும் மண் வெட்டி

அடுத்தது குத்தவி மற்றும் நீர் இறைக்கும்

சால் என்னும் அரை உருண்டை இரும்பு பாத்திரம்

சீராக நீர் இறைக்கும் பாத்திரம் அதுவாம்

ஏற்றத்தில் பொருத்தி நீர் இறைப்பர்

ஏற்றம் என்பது இரு நீல் கற்தூண்கள்

தூங்கி நிற்கும் மூங்கிலில் ஒரு

தேற்றும், நீரை அள்ளி இறைக்கும்

தோல் பாத்திரம் உயிர் பாத்திரம்

திறமையாக நீரை அள்ளி மேல்

மேல் கால்வாயில் கொட்டும் அது

முழுமையும் ஒருசிறு தொட்டியில்

வந்து சேர்ந்து அங்கிருந்து ஆரம்பித்து

வந்து சேரும் நீர் எல்லா இடத்திற்கும்
பாய்ந்து சென்று பாத்தி பாத்திகள் என்றாய்
பரவும் பரவிய நீர் மண்ணை நனைக்கும
சேராகும் தன்மைக்கு விடாமல் தொடரும்
சிறுதான்யங்களை போட்டு வளர்ப்பார்
எங்கள் தோட்டத்தில் விளைளவது மனக்கும்

★ ★ ★

எளிய கொத்தமல்லி என்னும் தனியாகீரை
அதை வளர்த்து இருபது நாட்களில் ஆரம்பித்து
அழகாக கட்டுகட்டாக பிடுங்கி கட்டுவேலை நடக்கும்
பிறகு காலையில் அவைகளை கடைகளில்
போட்டு மாலையில் காசை வசூலாக்குவோம்
இந்த நிகழ்ச்சி தொடர்ந்து நடந்துகொண்டே
இருக்கும், இதனால் வாரம் ஒருமுறை
காசை வசூல் செய்வோம் அத்துடன்
கீரை வகைக்கட்டுகளையும் அளிப்போம்
ஊருக்கு தேவையான அனைத்து கீரைகளும்
உழைத்து வளர்பது கடைகாரர்களின் தேவைக்காக
மற்றும் ஊர்மக்கள் அதன்மூலம் பயன்பெருவர்
மாற்றமில்லாமல் தொடர்ந்து பெருவர் பயனை.
எங்கள் தேவைக்கவும் தோட்டத்தை
எங்கள் வளர்ச்சிக்ககாவும் பயன்படுத்தினோம்
நான் ஆறுமணியிலிருந்து எட்டு மணி வரை
நண்பனாக என் அண்ணனுக்கு உதவிபுரிவேன்
நன்கு உதவுவேன் மற்றும் கொல்லைவேலை
நாளின் மாலைப் பொழுதில் தோட்டத்தன்
தொழிலை தொடர்வதே என் வேலையாக
தொடர்ந்து வந்தது இப்படியாக படிப்பும்
கூட தொடர்ந்தது ஆதால் எனக்கு

கொஞ்சம் படிப்பு இடை நிலையாகியது
ஆனாலும் என்னை அன்புடன் எம் தந்தை
ஆசானாகவும் அறிவுறுத்தி வளர்த்தார்
ஆரம்பக்கல்வியும் இப்படியாக தொடர்ந்தது
அடுத்தது மேற்பள்ளி ஆறாம் வகுப்பில் படித்தேன்
பதினொன்றாம் வருடம் பள்ளி இறுதி

★ ★ ★

படிப்பாக இருந்தது அக்காலத்தில்

இப்படியாக எங்கள் குடும்பத்திற்கு உதவினேன்

இன்முகத்துடன் படித்தும் தேர்ச்சி பெற்றேன்

என்னுடைய மதிப்பெண்கள் இடைநிலையில்

எட்டிதாண்டும் நிலையில்தான் இருந்தது

இருந்தாலும் அக்காலத்தில் படிப்பது அரிது

இப்படி இருந்தும் என் குடும்பத்தில் என்னை

ஆர்வமுடன் படிக்க தூண்டி வளர்த்தனர்

அனைத்தும் சிறப்பாகவே நடந்தேறியது

நான் கிருட்டினகிரி கலைக்கல்லூரியில

நன்கு படிக்கவும் ஊரின் உயர் படிப்பாகவும்

பெருமைப்பட்டனர் பட்டப்படிப்பு அரிதாக இருந்தது

பெரிய குடும்பமாக இருந்ததினால் நான்

ஏனோ தானோ என்று உழைப்புடன்

எடுத்த முயற்சியில் பி.யு.சியை

நன்கு தேறி பட்டப்படிப்பிற்கு

நலமாக அனுப்ப பட்டேன் பெருமையுடன்

எப்படியோ உழகை;கும் வர்கத்தில்

எடுக்கப்பட்ட படிப்பு சிறப்புடையதானது

எங்கள் வன்னிய குலத்திற்கே பெரிது

எழுத்தறிவித்த அதாவது துணை நின்று

எங்கள் தந்தையை நான் பூஜித்தேன்

எப்படி பாராட்டுவேன் நான்றியேன்.
அவர் தாய் தந்தையரை விடுத்து கோவிலை
அண்டியது இல்லை பார்த்ததும் இல்லை
அதனால் தான்நான் அன்ன பிதாவும்
அன்புடனும் வணங்கும் தெய்வமானது
கண்ணுக்கு தெரியும் தெய்வமும்

★ ★ ★

காலை மதியம் ஆதவனைப் போல் உயர்ந்தனர்

அவரும் அவர் அணைப்பும் கற்பித்தது ஆயிரமாயிரம்

அன்றிலிருந்து இருக்குவரை கற்பித்து இதை;ததான்

எங்கள் குல தெய்வம் தான் பெருமாள் ஆகும்

எல்லைத் தெய்வம் முனீஸ்வரனாகும்

எதைக்காணவேண்டுமானாலும்

எப்படியும் திருவிழா சமயங்களில்

மட்டும்தான் என்பதில் உரிய அழுத்தம்

மற்ற ஊர்க்கார விருந்தினர் வந்தால்

மறுமுறை பாக்க வாய்ப்பு கிடைக்கும்

மீண்டும் மீண்டும் அமைத்தல் அரிதானது

இவைகள் மையம் என்னுடைய சூழ்நிலை

இதற்கு காரமணாம் இயற்கையின் கோலம்

நான் பிறந்தது விவசாயக் குடும்பத்தில்

நாள்தோறும் உழைத்து மற்றவர்க்கு

உதவுவது தானும் வாழ்வது என்பது

உண்மையானதத்துவமாகும் எங்களில்

இப்படி இயற்கைத் தத்துவத்தில் சுழன்று

இனிமையும் இன்பமும் பெற்ற நான்

எங்கள் அத்தையின் வீட்டுக்காரர்

எப்பொழுதும் வன்னியர் தத்துவத்தின்படி

கரகத்திருவிழாவிற்கு காசை கேட்பார்

காரணம் அவரும் அதில் உறுப்பின்னவராவர்
எங்கள் குடும்பத்தினர் வழியாக சிறு
எழுச்சி தொகை எப்பொழுதும் கொடுப்பது
வழக்கமாய் இருந்தது வருடத்திற்கு
வலம்வர ஒருமுறை தேவையான தொகையாம்
இவ்வுட்சவம் பெருமை சேர்க்க ஒருபுரம்

★ ★ ★

இனியவர்க்கமே முயற்சியுடன் உழைக்கும்
திருவிழாவாக அனைவரையும் மகழ்ச்சியில்
திளைக்கவைக்கும் என்பதில் ஜயமில்லை
இதனைக் கண்டுகளிக்கும் ஊரே
இன்ப வெள்ளத்தில் திருவிழா கோலம் காணும்
விழாக்காலங்களில் இன்பம் காணும் மக்கள்
வெற்றி மயக்கத்தில் பொழுதை வீண்டிக்கும்
மக்கள் ஒருபக்கம் இல்லாத மகிழ்ச்சியை பெருவர்
மாபெரும் வெற்றிமயக்கும், முழுமையும்
மாபெரும் இன்பவெள்ளத்தில் மூழ்கடிக்கும்
வருடம் ஒருமுறை வரும் மகிழ்ச்சி வெள்ளம்
வாழ்கைக்கு வழிக்காட்டி, மகிழ்விக்கும்
உழைப்பின் தன்மையும் நன்மையும் இதுவாம்
எங்கு பார்ப்பினும் கடைகள் கோலம்
எங்கெங்கும் மக்களின் கூட்டவெள்ளம்
இவையெல்லாம் ஊரையேகளைகட்டச்செய்தது
இதற்காகத்தானோ, என்னவோ இத்தனை உழைப்பு
ஒருவருடத்தின் உழைப்பின் பலன்கள்
ஒய்யாரமாக அனைவரையும் கூட்டி மகிழ்வித்தது
அத்துடன் இறைபக்தியை மணக்கச செய்கிறது
அன்பும் அறனும் தாண்டவாமடதை தொடங்கும்
இதுவிழாவின் பெருமைதனை எடுத்துரைக்கிறது தன்னை

இசைமுழக்கங்களும் அன்னதானங்களும்
ஆங்காங்கே நல்லர்களின் அரவணைப்பின்
அன்னதானம் நடைபெற்றுக்கொண்டிருக்கும்
பகலும் இரவும் ஒன்றாகி ஒளிவிடும்
பாலும் மோரும் பக்தர்களின் மனம் குளிரவைக்கும்
அத்துடன் பலகாரங்களும் இனிப்பும்

★ ★ ★

ஆங்காங்கே கடைகளில் விற்பனையாகும்

புத்தாடைகளும் புது மகிழ்சியும்

பூரிப்படையச் செய்யும் மலர்கரகம்

பெருமையுடையதாகவும் ஆகர்சிப்பதாகவும்

பக்தர்களின் பகத்தியுணர்வை பெருக்ககும்

இந்த கரகத்திருவிழாவிற்கு அடுத்து பதினைந்து நாட்களில்

இன்பம் பொங்கும் மாபெரும் தேர்திருவிழா

இதுதான் இவ்வூருக்கே உயர்ந்த விழாவாகும்

இது இனிய சந்திரசூடேஸ்வர விழவாகும்

இங்கு பெரிய தேரில் உற்சவமூர்த்திகள்

இனிதே அலங்கரித்த வண்ணம் ஈர்க்கும்

இதுதான் தேரின் உச்ச கட்ட மக்கள் வெள்ளம்

இதன்பின் சிறிய தேரான அம்மன் தேர்

மரகதாம்பாள் தனித்து தவமிருந்ததைக்

மாண்புர எடுத்துக் காட்டும் அழகிய

சின்னஞ் சிறிய தேராகும் இதன் மெருகு

செழுமை மிகு ஒதூருக்கே பெருமை சேர்க்கும்

மரகதாம்பாள் தவமிருக்க இம்மைலயில்

மாமலைகைலாயத்திலிருந்து இங்குவர வழிவகுத்தது

சிவபெருமான் உள்ளம் ஈர்த்த அன்னை உள்ளம்

சிந்தனைக்குறியது எங்கள் ஊருக்கு புண்ணியம்

சேர்த்தது எவ்வுலகப் பலன் என்றும்

சாரவும் முடியவில்லை விளக்கவும் முடியவில்லை
நான் பிறந்ததின் பலன் பாவ விமோசனமாகும்
நான் என்பது இங்கு போற்றற் குறியதாகும்
இறைவா! இத்தனை சிறப்புகளை ஈன்ற
இவ்வூரில் பிறந்த எனக்கு பேரின்ப மகிழ்ச்சி
இதையுணரா மக்கள், என்றும் முக்தியடைவர்?

★ ★ ★

இங்குள்ள மும்மலைகளும் நம் அதிருஷ்டம்
எந்த ஜன்மத்தின் புண்ணியமோ! இம்மண்ணில்
எழுச்சி பெற்றுணர்வு பெற்றதன் மகிமை
இங்குள்ள கிராம தேவைதைகள் இதனால்
இமயமளவு மாண்பை பெற அருளை பெற்றது
அதிருஷ்டத்திலும் வெற்றி அதிருஷ்டமாமம்
அருள்மிகு சந்தர சூடேஸ்வரர் ஈர்ப்பாம்
நீங்கள் நின்ற இவ்வூரில் நாங்களும் தங்க
நல்ல அவகாசம் வேண்டுமென்று பெருமாளும்
பிரம்மனும் அருளே தனிமையில் தங்கி வாழ
படிப்பின் கலைச்செல்வி சரஸ்வதி வந்தாள்
இப்படியாக மும்மூர்த்திகளும் அவர்களுடன்
இணைபிரயா முப்பெரும் தேவியரும் வந்தனர்
மூன்று மலைகளும் இவ்வூருக்கு பெருமை சேர்த்து
மூவர் நின்றமலை முக்தியை கொடுக்கும்
மலையாக மாறியது, அத்துடன் அன்னை
மரகதாம்பாள் குளித்த இத்தீர்த்தம்
மரகத பசுமையை பெற்றதின் காரணம்
மாபெரும் பச்சை குளமாக மாறியது
உடும்பாய் மாறிய சிவனை தொட்ட
உமையவள் பச்சை நிறமாக மாறி
பச்சை குளத்தில் குளித்தின் பயனாக

பசுமை நிறமாக நீர்முழுவதும் மாற
அன்றிலிருந்து இன்றுவரை பச்சைகுளமாக
அன்றும் இன்றும் என்றும் பச்சை குளமாயிற்று
அன்னையின் அவதார தோற்றம் முடிந்து
அருமையாக இம்மலையில் தங்கி
ஆட்சிபுரிகிறாள் அத்துடன் கைலாயம்

★ ★ ★

47

அன்றிலிருந்து ஓதூரை கைலாயமாக்கி
சந்தரதூடேஸ்வரர் தன் மனைவி மரகதாம்பாளுடன்
சந்தியைப் பெற்று, இங்கே தங்கி அருள்புரிய
மும்மூர்த்திகளும் மும்மலையில்
முறையாக தங்கி தங்கள் வேண்டுதல்களை
அன்பாக நிறைவேற்றி ஆள்கின்றனர்
அருள்வெள்ளம் பெருக பவித்ரம்
பெற்ற ஓதூர் பெருமக்கள் புனிதமடைந்தனர்
பன்பாளர்கள் வாழ்வர் மற்றவர் வீழ்வர்
மூன்றுதான் இவ்வூரின் பெருமையாகும்
மும்மூர்த்திகள் தவழ்வது இவ்வூரின் நிலையாகும்
சொர்க்கத்தின் தலைவாசல் இவ்கிருந்து -தான்
சீராக சொர்க்கம் செல்ல வழி கிடைக்கும்.
அதனால் தான் இவ்வூருக்கும் சொர்கத்திற்கும்
அழகிய தொடர்பு என்றும் இருக்கும்
இங்கிருக்கும் மலையில் ஒரு சுரங்கப்பாதை
இயல்பிலே பவித்திரம் கொண்டு திகழும்
இதை வெளியிலிருந்து பார்க்க வெளியில்
இருபாறை இடுக்கில் ஒரு இலிங்கம் பூசைக்கு
இனிமையாகவும், ஈர்ப்புடையதாகவும் நிற்கிறது
இந்த இவ்லிங்கத்தை மூன்றுவேளை பூஜித்தால்
இயல்பிலே மும்மூர்த்திகளின் ஞானம் பிறக்கும்

அதுதான் மூன்று இலிங்கங்களின் பெருமை
ஆராய்ச்சியில் புரியும் முயற்சியில் விளையும்
இதுதான் குகைக்கோவில் சிவனின் அருமை
இந்த குகையின் மூலம் காசியை தரிசிக்கலாகும்
என்பது வழக்கத்தில் உள்ள பேச்சாகும்
எப்படியோ இவ்வூர் நிழல்தான் காசியாம்

★ ★ ★

இதை மிதித்தவர் சொர்க வாழ்வைப் பெருவர்
இதற்கு இதமான மும்மூர்த்திகள் அருள்தேவை
மூலதோ பிரம்ம ரூபாய மத்யதோ விஷ்ணு ரூபேன என்பர்
மாய உலகில் அக்கிரம் உச்சி சிவனின் இவ்வூராம்
இதையுணர்ந்தால் இத்தலமே காசியாகும்
இல்லாவிடிலும் மிதித்தால் முக்தியடைவர்
இதுகால காலத்திற்கு உணாந்தால் பெறலாம்
இல்லையேல் மரயத்தின் மாய பாங்காகும்
மரகதாம்பாள் குளிர்ந்த காரணத்தில் தான்
மாசு நீக்கும் பச்சைக்குளம் பசுமையாம்
அன்னை வேண்டுதலுக்கு இனங்கும் சிவ பெருமனால்
அன்பின் காணிக்கையாய் உண்டான
இக்குளம் இச்சையை பூர்த்தி செய்யும்
இதில் குளித்தவர் முக்தியடைவது உறுதி
இதைக்கண்ட அனைவரும் குளுமை பெற்றுவர்
இறைவியின் அருளை பெறுவது சுலபம்
வருடம் ஒருமுறை ஆதவனைக்காணும்
வெட்ட வெளிக்குளமானது இதமாகும்
இன்னிசை பொங்க சுத்தமடைந்து
இயல் இசை நாடகத்து வாத்தியத்தில் நீரம்பும்
இயல்பு நிலைப் பெற்ற இக்குளத்தை ஈர்க்கும்
தெப்போட்சவம் தீர்மானத்திற்கு வரும்

தீங்கை போக்கும் தீயவை மாயும்
இம்மண்ணைத் மிதித்த, அல்லது வந்தடைந்த
இச்சை கொண்ட உயிர்கள் முக்தியடையும்
அதுவும் பிணமும் மணக்கும் தன்மை பெறும்
அன்று ஒருமுறை காசி செல்லும் பிணம் இம்மண்ணில்
வந்தவுடன் பவித்ரம் பெற்ற மலரானது

★ ★ ★

விந்தையிலும் வீழ்ச்சியில்லாதது
காசியைக்காட்டிலும் பவித்திரம் பெற்றது
கைவாயத்தின் அருள் பொழியும் மண்ணாம்
இப்பத்ரகாசி எனப்படும் ஓசூராம் பெருமை உடையது
இத்துணை பவித்ரம் பெற்றது மரகதாம்பாள் அருள்வாள்
அமைதியாக
அவளாட்சி! காலகாலத்திற்கும் செழிக்கும்
அவளருள் இப்புனித மண்ணில் வளரும்
காரணம் சிவத்துடன் சக்தி இணைவதுதான்
கேட்டால் கிடைக்கும் கண்டால் இனிக்கும்
மரகதாம்பாள் ஆடச்சியில் ஓம்காரவூர்
மும்மூர்த்திகள் வாழும் சிறப்புடைய ஊர்
அரிது அரிது இவ்வூரில் பிறத்தலரிது
அதிலும் அன்னையின் அருளை பெருதல் அரிது
அன்னை ஆட்கொளுதல், அரிதிலும் அரிது
அன்னை அன்புடன் பரதம் ஆடிக்காட்டுவது
அரவணைப்பது அருள்புரிவது மோட்ச நிலையாம்
அண்டத்தில் ஆடும் அன்னையின் பரதம்
அற்புதத்திலும் அற்புதம் பொற்பபாதம்
அண்டங்கள் ஆளும் அதன் பரதத்தில்
இயற்கை எழில் பெரும் இனிமை பெரும்
இன்மையிலும் நன்மையிலும் அற்புதம்

காணும் எங்கள் மரகதாம்பாள் பாதம்
கேட்டதை அருள வைக்கும் பரத நாட்டியம்
என் உணர்வில் ஊன்ற வைத்த உன் அருள்
எட்டுதிக்குகளிலும் எழுந்தருளி
இசை வெள்ளம் பெருக்கவைக்கும்
இன்னருள் தாயே! இவ்வருள் எனக்கு
இசையமுதில் ஈட்டிக் கொடுத்தவள்

★ ★ ★

இனிய என் உணர்வின் தாயாவாள்
நினைத்தால் இனிக்கும் நின் அருள்,
நீங்காத இன்பத்தில் மூழ்கவைக்கும்
எப்பொழுதும் எங்கிருப்பினும் உன் உணர்வு
எழுச்சியில் என்றும் மலர்ந்து புல்லரிக்கும்
ஏழ்கடல் தாண்டிச் சென்றலும்
என்தாயின் பரதம் பார் என்றும் புகழும்
இப்பரதம் இன்பம் அளிக்கும் கடல்
இனிக்க இனிக்க என்றும் மணக்கும்
நடனம் என்பதும் நற் செயலை காண்பதும்
நாளும் பொழுதும் வளர்ச்சியின் தொடக்கம்
சிவ நடனம் என்பது தீமையை அழிக்க
சீர்தூக்கி ஆடும் ஆட்டமாகும் நலம்பெற
நாளும் பொழுதும் சிவனின் ஆட்டமாகும்
நர்த்தனம் என்பது தீமையை அழித்து நன்மை பெற
நிகழும் செயல் என்பதுதான் உண்மை
நமக்காக நாள்தோறும் நிகழும் சிவனின் ஆட்டமாகும்
ஆனால் அன்னையின் நடனம் அனைப்பதாகும்
அழியாமல் அன்புடன் காக்க இதுவாம்
என்கனவில் நிகழ்ந்த நடனம் தேற்றுவதாம்
எழுச்சியின் முன்னறிப்பாகும் நினைக்கலாம்
அன்னை என்பவள் நமக்காக எல்லாம்

அன்புடன் அரவணைத்து செய்வாள்

இம்மலையில் அன்னைத் திருவிழாவிற்கு

இறங்கி வந்துதான் தேரில் அமர்வாள்

இடையில் காலபைரவரும் கனிவாக

இசைந்து வந்து, நல்வாழ்துகளை நவிலுவார்

தேர் இருக்கும் தெரு மலையின் மேற்கு பகுதியாம்

★ ★ ★

தீமைகளை துரத்தி அடிக்கும் நீட்சியாகும்

வலம்வர தேர்பேட்டையின் சுற்று

வட்டத்தின் நீட்சியாகும் திரும்பிவர

மேலிருந்து உட்சவமூர்த்தியின் ரூபத்தில்

மரகதாம்பாளின் அருள்வெள்ளம்

நீர்வீழ்ச்சியைப்போல் கீழிறங்கும்

நல்லவரை மகிழ்விக்கும் இவ்வையந்தணில்

இதுதான் தேர்திருவிழாவின் மூலமாம்

இதனால் விழாவில் கலந்து கொள்ள

எல்லா ஊர் மக்களும் மகிழ்வில் கலப்பர்

எங்கெங்கும் ஆனந்த வெள்ளத்தில் முழுகுவர்

இத்திருவிழாவின் மூலம் இதுதான் வழக்கம்

இனிமை பொங்க மகிழ்விக்கும்

மரகதாம்பாள் தவம் மேற்கொண்டு வந்து

மாண்புறச் செய்த இத்தலம் காசியைவிட

கோடிபுண்ணயங்களை கொண்டு அளிக்கும்

கழலடி மரகதாம்பாளை அணைத்துக்கொண்டிருக்கும்

சிறிய தேராகும், அதில் அம்பாள் அருள்வாள்

செழிப்புடன் பக்தர்களை அணைக்கும்

பெரியதேரில் பேரன்புடன் அம்மையப்பனை

பெருமையுடன் ஒதூர் மக்களின் நல்வாழ்வை

பேணிக்காப்பதுடன் முக்தியை அருள்வாள்

பக்தர்களுக்காக மத்திய பெருமலையில் இருந்து
இறங்கி வந்து மண்டபத்தில் மணமாவர்ர்
இங்கிருக்கும் பெரிய தேரில் வலம் வருவர்
என்னுடைய மனதில் பரதத்தை ஆடிய
எழுச்சியின் பெருமகிழ்ச்சி நாட்டிய-மாம்
இதனால் விளக்கி எழுத முடியாத

★ ★ ★

இறையன்னையின் பெருமை மிகு நடனம்

எங்கும் காரணக்கடைக்காத அருமை பெருமை

ஏழு பிறவிகளுக்கும் அவதார வெற்றியாம்

இவ்வருளை எழுத வார்த்தைகள் எங்கும் காணோம்

இப்புண்ணிய பார்புகமும் நிகழ்வை

வெளிப்படுத்த முடியுமா இவ்வுலகில்?

வேழமுகத்தானும் வியக்கும் தன்மை

ஆனதை மக்கள் வியப்தில் பகர்வது எப்படி

ஆழப்பதிந்த என்மனது ஞானமடைய

ஆன்றோரையும் முனிவர்களையும் சார்வதில்

ஆச்சர்யம் ஒன்றுமில்லை இவ்வையத்தில்

தாயே! ஊன் கருணையால் சிவன் உடும்பாகி

தமிழ்திருநாட்டின் வடக்கில் வந்திரங்கி அருள்புரிந்தார்

கைலாய மலையிலே குடிகொண்டு

கோபக் கணவில் தாண்டவ மாடும்

காணாத அன்னையை தேடி அலைந்தது

கானகத்தே சிவபெருமான் தேடினார்

காட்சி கொடுக்க அன்னை முன் அக்காட்டில்

நேரடி சூரிய சந்தரரைத் தாங்கி அதில்

குளுமையை உருவாக்கி ஈர்த்தர்

கண்களை கவரவைக்கும் உடும்பாகி

கவரும் நிலையில் எப்படிபட்டவரும் மதி

கெட்டுபோகும்படி தன்னகத்தே ஈர்த்தல்
காணாத காட்டில் உடும்பைக்கண்ட
கயில் அழகி அன்னையை துரத்திப்பிடிக்க
காணகத்தே பல காதம் ஓடினாள்
கைலாய நாதன் உடும்பின் வடிவில்
காட்சியை கொடுப்பதையாறியாத

★ ★ ★

53

காணகத்தே உடும்பை துரத்தினாள்

கைலாய நாதனின் திரு விளையாட்டின்

கண்கண்ட பலன் இதுவானதால்

கைவாயநாதர் இப்பொழுதிருக்கும்

காசியை காட்டிலும் உயர்ந்த இவ்

வேள்வியின் மலைமீது உடும்பை

கணப்பொழுதில் நெருங்கி தொட்டாள்

காணத விந்தை நிறை வேறியது

கண்குளிரும் உடும்பு சிவனாகியதால்

கண்டதும் தொட்டாள் மரகத நிறம் ஏற்றாள்

கானாவிந்தை உருவத்தைப் பெற்றதை

மரகதப் பச்சையில் திகழும் அன்னை

மரகதாம்பாள் எனப்போற்றப்பட்டாள்

மாயத்தோற்றம் நீங்க பூமியில் நீருற்றை

மனமு வந்து உருவாக்கி குளிக்க வைத்தார்

அந்த குளம் தான் அடிவாரத்தில் பச்சை குளமாய்

அன்றிலிருந்து அழைக்கப்பட்டு அன்னை

அனைத்து பெருமை தனையும் வெளிப்படுத்துகிறது

அப்பொழுது அங்கிருந்த மாடுமேய்க்கும்

சிறுவர்கள் அக்காட்சியை கண்டதினால்

சற்றும் பேசாத ஊமைகளாகினர்

சாட்சிக்காக சிலையாய் இன்றும் போற்றிப்படுவர்

சாதனையின் உச்சம் அவர் கண்டது
"கண்டவர் விண்டிலர்"
விண்டவர் கண்டிலர்
காணாத அம்மையப் பனைக் கண்டவர்
கைலாயநாதர் என்று கூற முடியவில்லை
விண்டவரான மற்றவர் காணாது

வியப்புடன் வீழ்ச்சியை பெற்றனர்

இதுவே கைலாய மலையானது உலகில்

இங்கிதமாக பத்ரகாசி என போற்றப்படுகிறது

இங்கிருந்தும் முக்தியைப் பெற்று

இனிமையாக மோட்ச பதிவு பெறலாம்

பவித்ரம்! அவ்வளவு பவித்திரமானது

போகாத ஊர் இங்கிருப்பது அதிசயம்

புண்ணியம் தானாக வந்து தன்னை சேரும்

பொய்மையாக ஆளும் ஊர் இவ்வூர் மயக்கம்

தெளியவைக்கும்

ஓம்கார ஊர் ஓசூர் எனப்படும் சேத்ரம்

அகர உகர மகரத்தில் இறைவனாம்

இக்கைலாய மலை நாயகன் சந்திர சூடேஸ்வரர்

இச்சயில் இவ்விடத்தைப் பெற்றும்

இன்ப வெள்ளத்தில் நடனமிடும் ஊர்

இக்கருணையைப் பெற்று இம்மன் மிதிக்கும்

இனிதே உயர்ந்த உயிர்கள் கையலாயத்தை

இங்கிருந்தே தரசியப்பர் இது உண்மை

இங்கு அன்னைகுளித்குளம் பசுமை பெற்றது

இதனால் இக்குளம் பசுமை குளமாயிற்று

உடும்பை ஏற்ற இவ்வூர் உடும்பூராயிற்று

அகரம் பெற்றதினாலும் இவ்வூர்

ஓம்காரத்தை ஏற்ற ஓசு ஊராயிற்று
மரகம் கடைசியில் சேர்ந்து ஓம்காரமாயிற்நு
உண்மை இது உடும்பூர் ஆகும்.
உடனுக்கு அகம் செர்ந்த தினால் ஓதூராயிற்று
அதனுடன் மகரமும் கூடி ஓம்காரமாயிற்று
அதன் அடிப்படையில் உகர ஊர்
அவருடன் பெருமாளும் பிரம்மனும்

★ ★ ★

55

அணைவதினால் ஓம்கார ஊரானது

ஒதூராக மருவி மும்மலைகளைப்பெற்று

ஒய்யாரமாய் ஓம்காரத்தை ஒலிக்கிறது

உடும்பு உருவாக்கியதால் உடும்பூர்

உயர்வாக ஓம்காரத்தில் மருவி ஒதூரானது

எதுவானாலும் மரகதாம்பாள் நிலைத்துவிட்ட

எளிமை பொங்கும் சந்திரதூடேஸ்வரரும் தங்கி

இங்கு பெருமை சேர்த்துக் கொண்டிருகின்றனர்

இதனால் இவ்வூரின் மகிமை கூடிக்கொண்டிருக்கிறது

இதுதான் பத்திரகாசியாகி பக்தினய நல்குகிறது

இச்சையில் முக்தியை அருளும் சேத்ரம் இது

சந்திர சூடேஸ்வரர் இங்கு புண்ணியத்தை பதித்தது

சந்திர சூரியர்கள் இங்கு உதித்து

மரகதாம்பாள் சுழற்சியில் மான்புறும் சேத்திரம்

மீளும் உணர்வை உருவாக்குகிறது

முக்தி என்பது இந்த சேத்திரத்தின் மகிமை

மாயையை அழித்துஉண்மையை நிறுத்தும்

உண்மையான எண்ணம் படைத்தவர்

உள்நுழைய அருகதை பெறறுவர்

மற்றவர் எல்லையிலே நுழைய தகுதியில்லாமல்

மாய்ந்து போவார்கள் அதனால்

அரசியல்வாதிகள் ஒதூர் எல்லைக்குள்

ஆராய்ந்து காலிடுவர் மீறினவர்கள்
கதி, அதோ கதிதான் அவர்களை காப்பாற்றல்
கண்டிப்பாக அரிதிலும் அரிதாகும்
இதுதான் இவ்வூரின் மகிமை என்பர்
இதை எல்லாரும் எப்பொழுதும் எழுத்தால் விளக்க
அரிது! விளக்குவதற்கு துணிவு வேண்டும்

★ ★ ★

56

அன்னை மட்டுமில்லாமல் மற்றவர் இருவரும்

இச்சையுடன் தானாக முன்வந்து

ஓம்காரத்திற்கு முழுமை சேர்ப்பர்

ஓமில் ஆக்கல் காத்தல் அழித்தலில்

முழுமை பெற்று முக்தியில் செலுத்தும்

மும்மலை ஓம்காரம் தான் திகழும்

மூவர்கள் மூன்று மலைகளிலும் அருள்புரிந்து

முப்பெரும் தேவியருடன் ஓம்காரத்தை சார்வர்

அப்படி என்றால் அங்கு ஆதி அந்தம் தொடரும்

அதுதான் காலத்தின் சுழற்சி ஆகும்

இதைகாக்க காலபைரவர் கடமை

இறையருளுடன் இனிதே நிறைவேற்றுவா

இம்மலையின் அன்னை அருளை நிறைவேற்று வா

இறையருள் காலபைரவர் உள் சுற்று

அன்னையின் அருளையும் தந்தை பேரையும்

அரவணைத்து நிறைவேற்றுபவராவர்

இவர் அருளால் ஆதிமுனிவர்கள்

இறைவனையும் இறைவியையும் பூஜித்து மகிழ்வர்

இம்முனிவர்கள் ஏழுமுதல் எட்டு அடி

இச்சை முனிவர்களாக உயர்ந்து

இரவு பணிரெண்டு மணிமுதல் இரண்டு வரையிலும் பூஜிப்பர்

மற்றும் இவர்கள் கண்களுக்கு காணப்படார்
மாசில்லாத குருமார்களுக்கு தெரிவர்
முதுமை வாய்ந்து தொடர்நது பூஜித்த
மூத்தேர்கள் இவர்களை கண்டுகளிப்பர்
மற்றவர்களால் காணவும் முடியாது
முனிவர்களின் தாக்கத்தை தாங்க முடியாது
இப்படிப்படட முனிவர்கள் வணங்கும்

★ ★ ★

இயற்கையின் முது முனிவர்கள் வணங்கும் போது

இப்பிறவியில் மாட்டிக்கொண்ட என்னை

இனிதே முழுமையில் உயர்த்தும் அன்னையின்

அமுதான அனைத்து செயல்களும்

அரவணைத்து என்னை தன்னுள் இணைப்பது பெரிதிலும்

அரிது

எனக்குள் புகுந்;து இன்னிசை பரதம்

என்பும் உருக மகிழ வைதத தாயே

உன் பெருமையை நினைக்கும் பொழுது

உண்மை புல்லரிப்பு உயர்ந்துக் கொண்டிருக்கிறது

இதனால் இவ்வுடல் புனிதமடைந்து

இந்த புண்ணிய பூமிமேலும் புனிதமடைகிறது

இன்னமுதம் உண்ணும் பேறுஎன்னுள் பதிந்து

இம்மண்ணையும் புனிதமாக்கும் பெருமை

எங்கும் நிறையும் உள்ளங்களை பூரிக்கும்

எதிலும் சந்தரதூடேஸ்வரர் பெருமை

அருளாக மணக்கும் எங்கும் பக்தர்களுக்கு

ஆட்சியும்புரியும் இந்த தமிழ் மண்ணில்

அன்னையே! அருளே! அன்பின் உருவே

ஆதரவற்றோரை அரவணைக்கும் தாயே

அனைத்து பக்தர்களின் மனதின் பெருமையே

உன்திருமணம் மிகவும் சிறப்புடையது

உள்ளங்களை குளிரவைப்பதாகும்
தேருக்கு முதல்நாள் நள்ளிரவில்
தாய் மரகதாம்பாளுடன் சந்திரதூடேஸ்வரர்
திருமணம் இனிதே நடந்து முன்னால்
தழைத்தோங்க தரணி செழிக்க நடக்கும்
காலைநேரம் அதிகாலையிலே திருவிழா
கணபதியின் சிறுதேருடன் ஆரம்பிக்கும்

★ ★ ★

58

இதுதான் சிருஷ்டிக்காக முன்னிருக்கும்

இக்கணபதியினால் இத்தேர்திருவிழாவை

தொடங்கி வைப்பார்கள் அர்ச்சகர்கள்

தொடக்கத்திற்கு பிறகு மரகதாம்பாள்

சந்திரசூடேஸ்வரர் தேர் ஒன்பது பணியளவில்

சிறப்புடன் பெரிய அரசியல்வாதிகள்

தொடங்கி வைப்பது இங்கு வழக்கம்

தேரும் ஆறு ஏழு அடுக்குடன் மிளிரும்

பெரிய தேர் தொடங்கியவுடன் சிறியதேர்

பெருமைமிகு அன்னை மரகதாம்பாளுடன் தொடரும்

பெரிய தேரில் அம்மையப்பனும் தொடர்ந்து

பெருமை மிகு மரகதாம்பாள் தேர்

பேராற்றலுடன் பின் தொடர்ந்து அழகிய

பாரில் புகழ் பெற்ற ஆனைமுகன் தேர்

பன்பாகவும் அன்பாகவும் வழிநடத்தியது

பேருண்மையின் பெருமையுடையதானது

பண்ணும் பரதம் நிறைந்த அன்னை

பார்புகழ் பரதம் நடத்த நாட்டியம்

பீடில்லா தேரோட்டத்தில் தொடங்கிக்

பழம் பெருமைக்கொண்ட தேர்கள்

பச்சைக்குளம் அருளே வந்தவுடன்

பெருமையுடன் அன்னை குளித்த நினைவு

பொன்னான நினைவாக பொழிந்தன
பெரிய தேரும் நின்றது நினைவை
பகலவன் எடுத்துச் சாற்றியது
பற்றின் பேராண்மையின் அதிசயம்
பாசம் பொழியும் அன்னை, பின்வர
பாசம் பற்றிய சிவபெருளன் முன்செல்ல

59

பெரிய தேரில் அன்னையுடன் நின்று
பச்சைக்குளத்தின் குணம் அன்னையினால்
பழம் பெரும் உண்மையை புகட்டியது
பச்சை நிறம் உடும்பின் காரணமாமம்
பகலவன் அதற்குது துணை நிற்பானாம்
புகழுக்கும் பேருக்கு காரணம் உடும்பாகும்
பூமிக்கு ஒரு பெருமை மிக்க உதாரணம்
பைந்தமிழ் நாட்டிற்கு பெருமை பேறு இவ்வூரம்
ஒரு வருட பலன் ஓங்கிநிற்கும்
ஒரு சுற்றில் பக்தர்களுக்கு வந்து சேரும்
ஒருமை முழுமையின் முன்னேற்றம்
ஒய்ந்து இடம் சேர்ந்த தேரால் அமையும்
ஒம் காரத்தின் மகிமை அப்பொழுததான்
ஓம்காரமெடுக்கும், ஓங்கும் பெருமை
ஒம்காரத்தில் உருவாகியது இவ்வூராகும்
ஒம்காரத்தில் பிரம்மன் உலகை சிருஷ்டித்தார்
ஓம்காரத்துக்குள் நின்று விஷ்ணு உலகை காத்தார்
ஒம்காரத்ததில் நின்று சிவன் உலகை ஒழு ங்குபடுத்தினார்
ஒழுங்குபடுத்துதல் தான் உலகை உருவாக்குதலாம்
ஓய்வெடுப்பததுதான் உழைப்பின் தொடர்ச்சி
ஒய்வில் தான் அனைத்தும் அடங்கி பெருகும்
ஒய்வில் விளைவது தான் இரவாகும்

ஓய்வில் விளைவதுதான் உலக வளர்ச்சி.
ஒய்வில்லையேல் இரவில்லை இதனால் வளர்ச்சி
ஒவ்வொன்றாக அழிவுரும் உறுதி
ஓய்விலிருந்து எழுட்சி பகலின் ஆரம்பம்
ஓய்விலிருந்து ஓய்வு இடைபட்டது பகல்
ஓய்விலிருந்து வெளிவருவதும் பகலாம்

60

ஒன்றிலிருந்து வெளிவருதும் பகலாம்

ஒன்றிலிருந்து ஒன்பது வளர்ச்சியாம்

ஒன்றுதான் ஆதியும் அந்ததிற்கு ஏற்றம்

ஒன்பதுதான் அந்தத்தின் பெருமை

ஒன்றிலிருந்து அமைவது ஓம்காரம்

ஒன்றே உலகம் ஒன்றே தொடக்கம்

ஒன்றே ஆக்கல் காத்தால் அழித்தலாம்.

ஒன்றை மூன்றாக்குவது மாயையின் ஆட்டம்

ஓம்காரம் அனைத்திற்கும் வளர்ச்சி அவதாரம்

ஓம்காரத்திலிருந்து ஒளிர்வது சிந்தை

ஓம்காரம் தான் மும்மூர்த்திகளின் ஒய்யாரம்

ஓம் என்றால் ஆக்குபவர் வெளிவருவர்

ஓம் என்றால் அழிப்பவர் நிலைத்து நிற்பர்

ஓமில் அழிப்பது விந்தையின் செயல்

ஓமில் காப்பது ஒய்யாரத்தின் வேதனை

ஓமில் ஒவ்வொன்றாக மாற்றமடையும்

ஓம் என்பது தான் உலகின் சூத்திரமாகும்

ஓமில் தான் அனைத்து அண்டங்களும்

ஓமில் விளைவது தான் இந்தபூமி

ஓமிற்கு ஏற்றமும் இறக்கமும் உண்டு

ஓமிற்கு என்றும் எப்பொழுதும் ஒன்றே

ஓமில் விளைவதுதான் எல்லா சக்திகளும

ஓமில்லையேல் எங்கும் எல்லாம் சூன்யம்

ஓம்தான் அனைத்து செமிப்பின் பெருமை

ஓம்தான் அனைத்து செமிப்பின் பெருமை

ஓம்தான் ஆக்கும் சக்திபெறும்

ஓம்தான் வளர்க்கும் உலகை என்றும்

ஓம் தான் தேவையில்லாதை அழிக்கும்

★ ★ ★

ஓம்தான் தேவையை பூர்த்தி செய்யும்

ஓம்தான் உயர்வின் உயர்வு மகிழ்வு

ஓம்தான் உண்மையின் ஆதாரம்

ஓமை பற்றுதல் அறிவின் உச்சம்

அகர உகர மகரம் தான் ஓம்காரமாமம்

அகர முதல எழுத்தெல்லாம் தான் பகவான்

ஆதியும் அதுதான் அன்றிலிருந்து இன்றும்

ஆராதிக்க அரும்பெரும் பொருளாகும்

ஆட்சியிலும் மீட்சியிலும் அதுவாக இருக்கும்

இதுவன்றி இது இல்லை உண்மை

ஆதியும் அதுவான் ஓம்காரம் தான் உயிர்

ஆதில் சேரா உடலும் உலகில் சூன்யம்

அதுதான் ஓம்காரம் ஆதாரம் எங்கெங்கும்

அகாரமும் உகரமும் சேரா தெய்வம்

அலங்கோலத்திலும் மாயக்கோலம்

அகரத்தில் விளைவது ஆதாரத்தின் மூலம்

உகரத்தில் சேர்வது மகரமும் அகரமும்

மகரத்தில் இணைவது அகரமும் உகரமும்

அகரத்தில் இணைவது உகரமும், மகரமும்

அகரத்தில் உயிர்மூச்சு வாழும்

அகரத்தோடு உகரம் சேர்ந்து நிலைத்ததாகும்

ஆன்மநேயம் எங்கெங்கும் பரவும்

அகரத்தோடு மகரம் சேர்ந்தது உலநிலை
ஆக்கல் அழித்தல் தான் எங்கும் நிலவும்
ஆழிவில்லா நிலைத்தல் உகரத்தில் முடியும்
அழியும் தன்மை மகரத்தின் தன்மை
ஆக்கமதில் பிரம்மம் சிறக்கும்
அழிவில் சிவம் எங்கும் இருக்கும்

★ ★ ★

62

ஆக்கமும் அழிவும் மகரத்தின் சூத்திரம்

அதில் விளைவதுதான் உய்வின் தன்மை

மூலம் தான் பிரம்மாகும் தோன்ற

மத்திமம்தான் விஷ்ணுவின் நிலையாகும்

மாய்வதுதான் அக்ரம் அறிவின் உச்சம்

மூன்றும் சேர்த்து முழுமைப் பெறுவது சிறப்பு

மூன்றில் ஒன்றில்லையேல் அரைகுறை

மூன்றும் கூடினால் தான் ஓம்காரம் ஆகும்

முழுமையை நோக்கிதான உலகம்

முக்காலத்தை பெற்று சுபிட்சம் பெற்றது

மூன்றில்லையேல் உலகம் ஒரு வெற்றிடம்

மாய்வதும் பிறத்தலும்தான் உலகின்

மாறும் மாபெரும் சூத்திரம் ஆகும்

மாயை தான் அச்சூத்திரத்தின் ஆனிவேர்

மாயை காரணமின்றி தோன்றியதில்லை

மாலைப் பொழுது கழிந்தால் இரவாகும்

மாபெரும் இரவில்தான் இச்சூத்திரம் இயங்கும்

மாயைக்கு இரவிற்கும் முக்கிய தொடர்புண்டு

மாயை பிறப்பதற்கு ஆதாரம் வெற்றிடம்

மாயையின் சுழற்சி பகல் இரவு

மாயையின் உக்ரம் இருட்டில்தான் செயல்படும்

மாயை, விரும்புவது இரவு ஒன்றைத்தாள்

மாயை என்பவது இருட்டு தான் உண்மை
மாயைக்கு ஒளி என்றால் காததூரம்
மங்கும் ஒளியென்றால் இதற்கு கொண்டாட்டம்
உடும்பின் மின்னல் நிறங்களில் மயங்கி
உயர்வுடைய தாயானவள் தொடர்ந்தாள்
உண்மை, அம்மையப் மற்றவை பன்னிய, சூழ்ச்சி
உலகில் இது ஒரு தந்திர ஆச்சர்யம்

★ ★ ★

63

உழைத்தலும் உழகை;க வைப்பது உலகம்

உலகத்தின் சூத்திரம் மாயையின் பாத்திரம்

உலகத்திற்கு ஆதாரமே மாயையாகும்

உலகில் மானய தாண்டமாடுவது ஆடச் செய்து

உயரிய சூத்திரத்தின் சூத்திரம் ஆவது

ஊர் ஊராக பெருகுவது மாயையாகும்

உயர் மக்களை பெற்றெடுப்பது தான்

ஊழை உப்பக்கம் காணும் உபாயம்

உண்மை என்பது என்ன என்பது கேள்வி

உழைப்பில் தெரிவது உயர்வாகும்

உலகில் உயர்வு என்பது மறுபிறவியின்

உண்மைக்கு பொருள் வாழ்வல்ல

உண்மைக்கு பொருள் முக்தியை பெருதல்

உண்மை எதுவெனில் மாயியல் முழுமை

உலகின் தன்மை மாயையின் ஆதாராம்

உலகின் சூழ்ச்சி ஆன்மனை ஏமாற்றுவதும்

உயர்ந்த ஆத்மன்களை பிறவிக்கு ஈடாக்குவது

உய்யாமல் போகவே மாயையின் சதிசாயும்

உண்மையில் இதிலிருந்து உய்ய வைப்பது

உண்மை அறிவு அதுதான் துறவி தன்மை

உலகில் துறவு மாயையிலிருந்து விடுபடுதலாம்

உலகம் முக்தியை நல்குவது துறவீனர்களால்

உயர்ந்த துறவு, மாயை உலகை விரும் பாமை ஆகும்
துறவின் காரணமாக வந்த அன்னை
துணைவனான கைலாச நாதனையும்
இங்கு அனைத்துக்கு கொண்ட விந்தையை
இயல்பாக செயல்படவைத்த மரகதாம்பாள்
இந்த உடும்பூரை மருவி ஓம்காரவூ ராக்கி

★ ★ ★

64

இப்பொழுது ஓசூராகி சிறந்து விளங்கின்றது
உடும்பைத் தொட்ட காரணத்தினால்
உயர்வண்ணங்கள் மின்னிக் கொண்டிருந்தது
அன்னையை மரகதாம்பாள் மரகத வண்ணத்தில்
அரவணைத்த காரணத்தில் மரகதாம்பாள் ஆனாள்
அங்கு சிவனால் ஊற்றாக உருவாக்கப்பட்ட
அழகிய ஊற்று குளமாக மாறியது
குளித்தவுடன் குளமான நீரூற்றுதானாக
கண்ணுக்கு பசுமையாக மாறியது
அதனால் அக்குளத்து நீர் எப்பொழுதும்
அன்னையின் ஸ்பரிசம் ஏற்பட்டத்தினால்
பச்சையாக மாறியதும் பச்சை குளமாக
போற்றப்படவதும் இந்நீர் புணித்திலும்
புனிதமாகிய தன்மை பெருமையாக்கியது
புண்ணியம் செய்தவர்கள் தான் இவ்வூரின்
எல்லைக்குள் வரமுடியும் மிறி வரவும் முடியாது தடங்கல்
உண்டாகும்
எத்தனையோ அரசில்வாதிகள் வரமுடியால்
திரும்பி சென்றிருப்பது இன்னும்காணலாம்
திருக்குளத்தின் மண்ணைத்தொட்ட
சடலங்களும் புனிதமடைந்து மணக்கும்
சான்றாக கடலங்களும் மல்லிமலராக

மாறியதை வரலாற்றில் நிகழ்வுகள்
மறவாமல் தெரியப்படுத்துக்கின்றன
ஆரம்பகாலத்தில் தேரின் உயரம் விண்ணை
ஆரத் தழுவிய வண்ணமாக இருந்ததாம்
தேவர்களும் ஆதிமுனிவர்களும் கோபுர
துணையுடன் பூமிக்கு இரங்கி வந்து
சந்திரசூடேஸ்வரரின் தேர் வலத்தை

★ ★ ★

சிறப்பாக கண்டுகளித்து மகிழ்நதனர்
இத்தேரின் ஈர்ப்பு சக்தி தேவலோகத்தின்
இனிய தொடர்பைக் கொண்டதாகவும்
இருந்ததை இங்கிருப்போருக்கு புகழ் சேர்க்கும்
இதுதான் இவ்வூரில் இருப்போர்க்கு
அருளாசியாகும் திவ்விய தேவலோகமாகும்
அன்புத்தொடர்புகளெல்லாம் அன்னையை சேரும்
அங்கு அன்னை விட்டுச் சென்ற பச்சை குளம்
இனிமையான அனுபவம் ஆன பலமாகும்
இங்கு நடக்கும் தெப்போட்சவம்
இந்த மரகத சரோவரத்தில்நிகழ்வது பெருமை
தெப்போட்சவம் தேரோட்டத்தின் மூலம்
தோன்றும் மகிழ்ச்சி வெள்ளமாம்
நினைவின் ஆதங்கத்தை அடுத்த வருடம்
நீட்டும் தன்மை உள்ளத்தை உருக்கும்
விழாவின் உச்சகட்டம் இதுதான் ஆகும்
வெற்றி முழக்கம் இது பறைசாற்றும்
பிரிந்த தம்பதிகள் இணையும் பெருமை
பற்றுப்பாசத்தின் ஆழ்சக்திபுரிய வரும்

இவர்களைப் போற்றவும் பாராட்டவும்
இவ்வூரின் மற்றும் மலையின் வடக்கில்
பொருமாள் மலை துணை நின்று போற்றுகிறது
பிரம்மள் மலை தெற்கில் நின்று வாழ்த்துகிறது.

★ ★ ★

66

அன்னை மரகதாம்பாள் (1)

மருவுதல் மாலவனுக்கே உகந்த
மாபெரும் அற்புத சக்தியாம்
அழிவில்லா அருணாசலனின்
ஆயிரமாயிரம் அற்புதங்களாம்
ஆன்னையையே மலைக்கச் செய்த
ஆண்டவன் தான் சந்தரசூடேஸ்வரன்
உடும்பின் அவதாரம் தான்
உமையம்மையை மரகதமாக்கியாது
மரகத வண்ணம் பெற்ற அன்னை
மாயவனுக்கு துணை நின்றாள்
ஒசூரில் வண்ணம் பெற்ற அன்னை
மாயவனுக்கு துணை நினைறாள்
ஒசூரில் ஓம்கார மும்மூர்த்திகளுடன்
ஒய்யாரமாக வீற்றிருப்பரானார்
சிவனார் இருக்கும் இடம்
சிந்தைகள் ஒங்கும் இடமாகும்
ஆக்கலும் காததலும் முன்நிற்க
ஆழித்தல் பின்நிற்க வேண்டும்
இதுதான் இறைவனின் நியதியாம்
இயற்கையில் அற்புத சகத்தியாம்
பரமனின் பவித்ர பாங்காகும்

பரமேஸ்வரனின் விளையாட்டாம்
சிறுசிறு அற்புதங்களாக மலரும்
சிந்தைக்கு சிவமாய் மாறும்
உடும்பு உயர்வான உதாரணம்
உலகிற்கு ஓம்கார அவதாரம்
பற்பல சூரியன்களை தாங்கிள
பவித்திர சிவத்தின் உயர்வாம்
ஏழுவண்ணங்கள் இறைவனின்
ஏற்றமிகு இயற்கை உயர்வாம்

★ ★ ★

கைலாயத்திலிருந்து சிவமயம்

கண்களுக்கு எட்டும் சாட்சியாம்

ஏழேழு ஜன்மங்களை சுட்டிக்காட்டி

ஏற்றம் பெற அருளும்

உடும்பாய் உலகம் உயர

உயர்ந்த தத்துவத்தை அளித்து

ஓங்கி வளர்ந்து ஓம்காரமாய்

ஒடுங்கும் தன்மையானார்

அன்னை மரகதாம்பாளை அனைத்து

ஆதிசக்தியின் வண்ணமானார்

அவதாரங்கள் என்பத்து ரfஐந்து சிவனுக்கு

அத்துபடி உயர் சக்தியாம்

காரணம் அன்னையின் நிழலாம்

கைலாயத்தின் குணமாம்

ஏங்கும் சிவமயம் எற்றம் தரும்

ஏழிலரசி அன்னையின் வழிகாட்டும்

சிவமயம் எங்கெங்கும் உயர்வு

சத்தியும அதில் இணைதல்

அங்கங்கு தோன்றும் என்பது

ஆயிரமாயிரம் புவி விளக்கு ஜோதியாம்

ஒளி என்பது ஓம்காரம்

ஓம்காரிக்கு ரீம்காரம் ஆதாரம்

ஓம்காரம் தான் அனைத்திற்கும்

அம் உம் ஐம் ஆகும் ரீம்காரமாம்

ஆந்;த மரகதாம்பாள் ஆட்சியின்

ஆட்டம் என்னுள் பதிந்தது

அதுதான் யான் ஏற்ற ஒளியின்

அம் உம் ஐமின் ஓம்காரமாம்

ஓசூரும் மும்மூர்த்திகளின்

ஒய்யார ஓம்காரமாகும்

நடுநாயகமாக திகழும்

நளின அன்னை மரகதாம்பாளாம்

★ ★ ★

68

அன்னை மரகாதாம்பாளின் ஈர்ப்பு

அனைத்து தேவிமார்களையும்

முழுமையின் பெருமைக்காக

மாலவனின் அருமைக்காக

இருமருங்கிலும் தோன்றி

இயற்கையின் இணைப்பாக்கியது

இதுதான் விந்தையின் உச்சம்

இறையருளின் உயர் நோக்கம்

மரகதாம்பாளின் பவித்ர தனிமை

மாயவனின் உடும்பு ஈர்ப்பு

உலகின் உய்விற்க்காக நின்று

உயர் ஓம்கார ஆதாரமானது

அதுதான் இருமருங்கிலும்

ஆதாரமாக இருமலைகளானது

நாராயண பெருமாள் மலையாக

நல் ஓம்காரத்திற்க்கு துணை நின்றது

மற்றொரு மூன்றாம் மலை ஓம்கார

முழுமைக்காக பாடுபட்டது

பச்சை குளம் என்பது பவித்ர

பச்சையை செழுமைக்காக ஏற்ற குளமாம்

இதன் ஈர்ப்பால் பிரம்மன்மலை

இணையாக வெறிச்சோடியது

காரணம் பொய்மையின் தாக்கம்
கலியின் ஓம்கார பின்னம்
மாயையின் வளர்ச்சி பரந்து
மரகதாம்பாளின் வளர்ச்சியில்
குந்தகம் ஏற்று மும்மொழியில்
காழ்ப்புற்று சந்றே! தளர்ந்தது
இறைவி என்பது அருள் வெள்ளமாம்
இம்மூன்று மொழி பக்தர்களும்

★ ★ ★

ஆன்மீக உயர்கொள்கைகளில்

அம்பாளின் அருளை ஏற்று

பேத பாவங்களை களைந்து

பரம பக்தியில் பார்வியக்க

அன்னையைத்தேடி சுழலும்

ஆன்மீக அன்பர்கள் அதிகம்

விந்தையிலும் விந்தை அன்னை

வியக்க வைத்த விந்தை

தேடி அலைந்த எனக்கு உண்மை

தெளிவாக விளக்க வைத்து

என்வயது இறைவயது

எழுபத்து ஐந்தாகியது

இறை உணர்வில் பற்பலவாக

இன்பம் ஏற்ற என் உணர்வில்

அன்னையின் பரநாட்டியம்

அருளின் ஆன்மிக வெள்ளமாக

எனக்கு கிடைத்த அமுதம்

என்றென்றும் இனிக்கும் விருந்து

காரணம் என்னுள் நிலைத்த

கோடி கோடிக் கதிர்கள் ஏற்ற

பன்னிரு ஜோதிர் இவிங்களும்

பரமனின் அருள் வெள்ளமாம்

ஞான ஒளி வீசும் ஜோதியாம்

நயமாய் என்னுள் அமர்ந்து

வலதுகால் பாத்தின் மீது

வளத்துடன் திகழும் இராமேஸ்வர

ஜோதிர் இலிங்கமாய் பவித்ரம்-காணும்

ஜோதியாய் திகழ்கிறது

தீர்த்தங்களுக்கு ஆதியாய்

தேனாக பவித்ரம் செய்யும்

இருபத்து இரண்டு தீர்த்தங்களுடன்

இகபரசுகத்திற்கு ஆளாகும்.

★ ★ ★

முக்திக்கு ஆதாரமாய் முன்நின்று

முன்னோர்களின் அருளில் இணையும்

இரண்டாம் ஜோதிர் இலிங்கம்

இடது கால் பாத்தின் மீது

இனிமையாக காலத்தின் கோலமாய்

இகபர சாகசத்திற்குள் ஆளாக்கும்

இருபத்திரண்டு இரண்டாம் தீர்தம்

இறைவனின் அருளாய் ஒருங்கிணையும்

மல்லகார்ஜூவேஸ்வரர் அருள்- வெள்ளம்

மாயையை அரவே அறுக்கும்

அந்த தீர்த்தம் அனைத்தையும்

ஆரமுதமாய் மாற்றி முக்தி நல்கும்

மூன்றாம ஜோதியாய் திகழும்

முத்தான வைத்திய நாதேஸ்ரர்

மூட்டுக்களின் அருளாக

முன்நின்று வலது கால் மூட்டில்

பதிந்து பிரதிஸ்டையானது

பரமனின் இச்சையேயாம்

ஓம்காரேஸ்வரர் இடது கால் மூட்டில்

ஓம் ரீம்க்லீம் ஸ்ரீமை நிறுத்தியிரபலிக்கிறது

அன்னையுடன் இணைதல் என்பது

அவசியம் என்று உணர்த்தியது

சிவமும் சகத்தியும் இணைந்து
சர்வ லோகங்களுக்கும் ஆதாரமாகும்
ஓங்காரத்தின் மூலம இணையும்
ஓமின் மந்திரம் காக்கும்
கடவுள் மாயகண்ணனின் இடமாம்
காலத்தை நீட்டவும் காக்கவும் செய்வார்
ஓம்காரேஸ்வரரின் அருளை பெருமை
ஒளி பொருந்தச் செய்வார்
சக்தியின் எடுத்துக்காட்டு
சாதனையின் பீமா சங்கர இலிங்கமாம்

★ ★ ★

இப்படியாக பன்னிரண்டு
இலிங்க ஜோதிகளுக்கும்
என்மூலம் ஒளி பெறச்செய்து
எடுத்துக் காட்ட பரதநாட்டியத்தை
ஆடிக்காட்டினாள் மரகத
அன்னையாய் ஒளிர்ந்தாள்
இப்படியாக அனைத்து இலிங்கங்களும்
இனிதே என்னுள் பதிக்கப்பட்டன
இடது இடுப்பில் நாகேஸ்வரரும்
இடது புஜத்தில் திரையம் பகேஸ்வரரும்
மகா காளேஸ்வரர் இலிங்கம்
மத்திம தொப்பிளில் நின்று
சீர்தூக்கி ஏழாம் இலிங்கமானார்
சிவமயமாய் ஆதாரமானார்
எட்டாம் இலிங்கம் ம்ருனேஸ்வரர்
எழுச்சியின் நீல கண்டத்தை தாங்கினார்
திரயம்ப கேஸ்வரர் திரம்பட
திரிநேத்ர முக்கணன் ஆனார்
இடது புயத்தின் ஆட்சி ஏற்றார்
இறைவன் இறைவியின்
ஆதாரமேன்மை தான் ஒளிமயம்
ஆட்சி புரிவதுதான் வெற்றிமயம்

மருநேஸ்வரர் பத்தாம் இலிங்க
மாட்சியை பொங்க வைக்கிறார்
இறப்பதின் மேண்மைக்காக பாடுபடும்
இறைவன் விஷ்வ நாதேஸ்வரர்
காசியின் பெருமையை பறைசாற்றி
காசியில் இறந்தாலே முக்தி அளித்தார்
பதினொன்றாம் இலிஸ்கமாய்
பார் உடலுக்கு ஆதாரமானர்
பன்னிரெண்டாம் இலிங்கம்
பொற்பாதம் எற்று முகத்திக்கு

★ ★ ★

முழுமையாக வழிவகையை செய்து
மோட்சத்தின் வெற்றி வாகையானார்
இதே காரணத்தில் அன்னை மரகதம்பாள்
இம்மை மறுமை நீக்க உலகில்
ஆடிய அற்புத நடனம்
ஆதவன் ஜோதியை சிற்பாக
ஒளிரச் செய்து இவ்வுடலுக்கு
ஓம்கார உயிர் அருளச் செய்ததனினால்
அன்னை மரகதாம்பாளின் அருள்
ஆயிரமாயிரம் ஜோதிக்கு இணையாக
செலுத்தி செழுமை படுத்துவது
சிறப்பின் வளமையே எனலாம்.
பன்னிரு ஜோதிர் இலிங்கஸகளை
பெருமைப்படுத்தவும் மதிக்கவும்
அன்னை பரதநாட்டியம் செய்து
அழியா விந்தையை நிலைநாட்டினார்
என்னபேறு பெற்றேனோ
என் சித்தத்திற்கு அறியாதிருந்த
எனக்கு பரதநாட்டியத்தின்
எழுச்சியான நாட்டிய பெருமை
ஜோதிர் இலிங்கங்ககாகவே என
ஜீவனுக்க உண்;மை புரிந்தது

என்னே! அன்னையின் ஈர்ப்பு
ஏழிலரசியின் விந்தை பரதம்
யாருக்கு இந்த அபிநயம்
யாருக்கு இணையான பாதி ஓசையோ?
வந்ததோரணையே! ரீங்காரம்
வாழ்த்தும் தோரணையே ஓம்காரம்
பன்னிரு இலிங்கங்களும் குளிர்ந்தன
பாங்குடன் குண்டலினியை
தொட்டு மேல் உயர்தியது
தீமையின்றி ஒளிமயமானது

★ ★ ★

அனனை மரகதாமபாளின் ஆட்டம்
ஆதவனின் உள்ளத்தை உயர்தியது
மரகதாமபாளின் ஆட்டத்தை
மாᴵயியனால் மறைக்கப்பட்டு
காலங்களின் ஓட்டத்தில்
கனிவான் எழுபத்தி ஐந்தில்
பன்னிருஜோதிக் இலிங்கங்கள்
பதிக்கப்பட்டு உணர்வை
காரணகாரியத்தை உணர்த்திய
கைலாயநாதனின் நினைவு
என்னுள் முழுமை பெற்று
எழுச்சியை ஏற்றன?
இத்தனை உயர்வு இந்த உடலுக்கு
இமயத்தின் தன்மை ஒத்தன.
கலியின் உக்ரத்தில் சிவமயம்
கேதாரர் நாத்தின் ஓம்காரத்தில்
சுழன்றது, துரியும் துரியாதீத்ததிற்கு
சிந்தையை ஈர்த்து உயர்ந்தது
முக்தியின் பேற்றை அருள
முழுமைக்கு வழி வகுந்தது
மரகதாம்பாள் அருள் நடனம்
மாயையை அறுத்து நலம்புரிந்து இவ்வுடலுக்குள்

ஏழுசக்கர இறை உயர்வின்
எழுச்சிக்கு தானாக வழிவகுத்தது.
ஏகாம்பரநாதரும் காமாட்சியும்
ஏழிசைச் சக்கரங்களுக்காக
குண்டலினியை எழுப்புவதற்கு
கலி நடனமாகத் திகழ்ந்தது
மரகதாம்பாளின் தனித்தன்மை
மாய உலகில் யார் அறிவர்?
பரதநாட்டியத்தில் அதிர்ந்து
யவித்ர மூலாதார குண்டலினி

★ ★ ★

74

உருகி மேல்நோக்கி எழ தொடங்கியது
உயர்வின் நடனமாக தொடர்ந்தது
நினைக்கும் போதெல்லாம் உயர்வை
நீடித்து வளர்த்தது மறைமுகமாக
செழுமையின் வளமாக மாற்றியது
சீர்தூக்கி வாழ்க்கைக்கு வழிவகுத்தது
முக்தியின் உள் உணர்வு உரைந்தாலும்
மனவாழ்விலும் அதன் தாக்கம்
வளர்ந்த வண்ணம் தான் இருந்தத
வாழ்கையின் உயர்வு ஒளிரத்தான் செய்தது
நூல்களும் நல்ல சூழ்நிலையும்
நலமான முக்தியில் துளிர்விட்டது
என்ன இருந்தாலும் வாழ்வில் முக்தி
என்பதுதான் குறிகோளாகியது
சிறுசிறுயோக உணர்வின் அன்பர்களும்
செழுமைக்கு காட்சி அளித்தனர்
அதுவே ஒய்வூதிய நிலையில்
ஆட்சி செய்து முக்தி துளிகளை
முழுமையாக பெற ஒளியாகியது
மானயயை அறவே அழித்து
நல்தியான மார்கத்தை பிரகாசத்துடன்
நாளும் பொழுதும் வழங்கிநின்றது

ஆன்மீக அன்பர்களுக்கு குண்டலினி
ஆட்சிபுரியும் வழக்கத்தில்
உலகில் பஞ்சபூதங்களுடன்
உந்தும் வரையில் செல்லும்
அக்னிசேத்திரம் அண்ணாமலை
அடியவர்களை துணைக்கொண்ட
அதியச உயர்மலையாக யோகாக்னி
அருளும் ஆண்டவன் மலையாம்
அம்மலையின் தத்துவம் நினைத்த மாத்திரத்தில்
ஆட்சிபுரிந்து முக்தி நிலைக்கு

★ ★ ★

கொண்டு சென்று மற்றவர்களையும்
கோள் உயர நல்வழிப்படுத்தும்
கிரிவலம் என்னும் சூத்திரத்தை
கீர்த்தியுடன் முழுமையின்
வளமைக்hக அதனை பெற வைத்து
வாழ்க வளமுடன் மேன்மை ஏற்கும்
மூன்றாம் சக்கர வளர்ச்சியில்
மரகதாம்பாள் நாட்டிய ஏற்றம்
அகிலாண்டேஸ்வரியுடன் இணைந்து
அண்டமெல்லாம் பவித்தரம் காண
பரதநாட்டியத்தை தொடர்ந்தனள்
பாமர மக்களும் பக்தியில் ஆழந்தனர்
வளர்ச்சியுற்ற குண்டலினி
வாழும் யோக சக்திக்கு துணை நின்றது
சிவகாம சுந்தரியுடன் இணைந்து
சிந்தைக் குளிர இரட்டித்தது
ஆறாம் ஆக்ஞை சக்கரத்தில்
அழியா ஆற்றல் ஏற்றது முக்தி
ஆன்மா நிறைவிற்கு சென்றது
அன்னை மரகதாம்பாள் அதிர்வில்
கலங்கிய வண்ணம் முகத்தியானது
கனிந்து துரியாதீத சுழற்றியில் நின்றது

மரகதாம்பாள் ஈர்ப்பின் நடனம்

மோக வலையில் ஈர்க்கப்பட்டு

ஏழு சக்கர இலிங்கங்களின்

எழுச்சியுடன் அன்னை மரகதாம்பாள்

ஏழுசக்கர அன்னைமார்களுடன் இணைந்த

எழுச்சியை உருவாக்கியது அற்புதம்

இதன் இணைப்பு இவ்வுடலின் இனைவாம்

இமாலய வளர்ச்சிக்கு ஆதாரமாம்

வாழ்க வளமுடன் இறையுடன்

விந்தைகள் வழிநெடுக அற்புதம்

★ ★ ★

ஏழு சக்கரங்களின் உயர்வு

ஏழு பிறவிகளுக்கம் உயர்வாம்

அன்னை மரகாம்பாளின் பரதநாட்டியம்

ஆதார சக்கர குண்டலினிக்கு

அற்புதம் அற்புதம் முகத்திக்கு

ஆதவனின் ஒளிமயம் அற்புதம்

இவைகளுக்குகெல்லாம் என்னுள்

இயற்கையாக பதிக்கப்பட்ட

பன்னிரு ஜோதிர் இலிங்கங்களே

போற்றிப்புகழும் ஏழு சக்கர இலிஸ்கங்கள்

இவைகள் அனைத்தும் ஜோதியாக

இவ்வுடலின் ஆதிக்கத்தினால்

ஆன்னை மரகதாம்பாள் ஆடலை

அரிய பரத நாட்டியத்தில்

அடக்கி என்னுள் ஆட்சியை

அலை அலையாக பொழிந்தனள்

நான் பெற்ற இன்பம் வையத்தில்

நீடித்து நலம் பெறச்செய்தாள்

நாளும் பொழுந்தம் இவ்வுடலில்

நீடித்து வையம் செழிக்க

வாழவைக்கும் அன்னைக்கு

வணக்கங்களும் பணிவுகளும்

என்னுடை இளம்பிராயத்திலே
எழுச்சியுடன் பரத நாட்டியத்தை
எனக்க ஆடிக்காட்டியது என்பது
என்னுள் பதிக்கப்பட்ட இலிங்கங்களுக்காக
இத்தனை பேறு பெற்ற இவ்வுடல்
இத்தனை வருடங்கள் மாயையில்
ஒன்றும் அறியாமல் இருந்திருந்தேன
ஓம்காரம் மட்டும் ஓயாமல்
என்ரென்றம் ஓயாமல் விளையாடின
எழுச்சியில் இறை சிந்தனையில்

★ ★ ★

77

இயற்கையின் பூர்ண குணத்துடன்
இமயம்போல் பொங்கி வழிந்தது
ஓம்காரம்தான் ஒளிமயமாகும்
ஓமில் உதித்தது தான் ஆக்கல்
காத்தல் என்னும் நிலைப்பாடு
காலத்தை நிலை நிறுத்தும் வெளிப்பாடு
அழித்தல் என்பது இயற்கையின்
அழியா பிறப்பு இறப்பின் சூத்திரமாகும்
இதன் மூலம் உயரிய அன்னையின்
இன்ப அபிநய ஆட்டம் எனக்கு
பன்னிரு ஜோதிர் இலிங்கங்ளின்
பிணைப்பின் காரணமாக அருள்
அன்னை மரகாதாம்பாளின் இவ்வுடலில்
ஆட்சியும் மாட்சியும் நிகழ்ந்தது
மாயையின் மயக்கத்தில் அறியாது
மேன்மையான அருள் வெள்ளம்
அறியாது தத்தளித்த எனக்கு
ஆரமுதான பரத நாட்டியம்
இவ்வுடலில் ஏற்றதை அனுபவித்த
இப்பிறவியை என்னென் பேன்
புன்னிரு ஜோதிர் இலிங்கங்களை
பாங்காக என்னுள் உணர்ந்த அன்னை

இலிங்கங்களுக்கு பரநாட்டியம்
இனிதே இவ்வுடலில் நிகழ்தினாள்
இதையறிய இவ்வுடலில் நான்
இன்பம் மட்டும் ஏற்று மகிழந்து
இவ்வையத்தில் அறியாமல் வாழ்ந்து
இறைவியின் இன்ப நடனத்துள்
இனிதே வாழ்ந்தது காரணத்தை
இடைவிடாது கேள்விக்குறியாக்கினேன்
காலம்தான் என்னுள் பனனிரு
கீர்த்தி ஜோதி இலிங்கங்களை

★ ★ ★

பதிக்கச் செய்து முகதிக்கு

பாரில் முனிவர் பெருமக்களுக்கு

வழிவகை செய்து ஏழுசக்கரளும்

வெற்றி இலிங்கள் முக்திக்கு

ஒளியையும் ஒங்காரமூர்த்திகளையும்

ஓய்வின் உயர்வில் உயாத்தின

நான் பெற்ற இவ்வுடல் உலகில்

நீக்கமற உயர்வின் உண்மையை

விளக்கும் தீபஜோதியாக என்றும்

விரிந்து பரந்துத்துவஜோதியாக

என்ரென்றும் என்னுள் இருக்கும்

ஏற்றதையும் முக்கியையும்

உலகிற்கு பறை சாற்றிக்கொண்டு

உலக இன்பம் இலிங்கமயம்

என்பதை உணரவைத்தாள்

எழுச்சியின் ஆட்டம பேரறிவுக்கு

வழிவகையாக முக்தியின் ஓட்டத்தையும்

வாழ்வின் ரகசியத்தையும்

அதிலே அனைத்து இன்பமயம்

ஆன்மீகமாக மாற்றியமைத்தாள்

பரதமும் இசையும் ஒங்காரமாக

பாரில் மூவரையும் நிறுத்தி

பாங்காக சிரு:ஃடியின் செயலுக்கே
பறைச்சாற்றி இவ்வுடலை
உதாரணத்திற்கு பயன்படுத்தி
உயர்வும் அழிவும் தன்னில் எற்றார்
அனைத்தும் தன் ஆட்டத்தில்
அடக்கி ஆளுமை புரியும்
மரகதாம்பளின் வெளிப்பாடு
மாயையை அழித்து ஒம்கார
முக்திக்கு எடுத்துக்காட்டாக
மூலாதாரத்திலிருந்து துரியாதீததில்

★ ★ ★

79

யோக நிலையையும் சுழற்சியையும்
யோகிகளுக்காக வெளிப்படுத்தினாள்
அன்னையின் அருள் என்னுள்
அழியா பொக்கிஷமாக வளர்ந்து
தன்னுடைய ஆதியான ரீம்கார
தரணியை ஆள ஏழுசக்கர
இலிங்கங்களை இன்புரச்செய்து
இமயம் போல் உச்சியை தொட
துரியர்தீத முக்திக்கு வழியானாள்
துணை நின்று யோக வழியை
செம்மை படுத்தி குண்டலியை
செழிப்புர காமாட்சியுடன் இணைத்தனள்
ஏழு சக்கர செழிப்பு மீட்க
ஏழு சக்கர இலிங்களின்
இணைபிரியா விழிப்புணர்வானாள்
இம்மையும் மறுமையும் இல்லாமல்
இமயத்தின் உச்சியை நோக்கினாள்
இயல் இசையை தொட்டு
நடனம் என்னும் நாடகத்தை
நினைவில் நீட்சியுரச் செய்தனள்
நினைத்தாலே முக்தி என்னும்
நோய் நொடி தீர்க்கும்

கிரவலப்பாதையின் உயர்வை
குணக்குன்றாக உணர்த்த
ஆண்ணாமலையாரி சுவாதி-ஸ்டான
இன்ப முற்ற அபிநய ஆட்டத்தை
என்னென்போன் அருணாசலா?
எண்ண எண்ண இன்ப வெள்ளம்
இனிதே பெருக்கெடுத்து முந்திக்கு
இம்மையில் எடுத்த இப்பிறவியை
இறை பிறவியாக்க என்பதை
இன்றல்ல அன்றே நிர்ணயித்த

★ ★ ★

காலச் சக்கரத்தை என்னென்பேன்
கீர்த்திக்கு துணை நின்றது ஏனென்பேன்
உண்ணமுலையயம்மையும் இணைந்து
உயர்த்த குண்டலினியை ஏற்ற
நினைத்தாலே முத்தி ஏற்றம்
நீங்காத அண்ணாமலையாரின் அற்புத
சுழற்சியின் ஓட்டம் என்பது
சுழலும் மூவாதார ஆரம்ப
ஆட்டத்தை உதாரணப்படுத்தி
அருணாசலா! அருணாசல! என்கிறது
முக்தி! முக்தி! ஏன்று இரண்டாம்
முன் உதாரணமாக திகழ்ந்தது
மணிபூரக மேன்மையை உணர்த்த
மரகதாம்பாள் ஆட்டம்
ஜலகண்டேஸ்வரரின் பவித்திர
ஜீவன் பெற்ற பவித்ரம்
இம்முக்தியை கொண்டாடுகிறது
இனிதே! துரியாதீத்தை தொடுகிறது
அகிலாண்டேஸ்வரியுடன்
அன்னை மரகதாம்பாள் மணிபூரக
மேன்மையை குண்டலியுடன்
மீட்சிக்கு வழிவுகுத்தனள்

உயிரும் உணர்வும் முக்திக்கு
உண்மை பிறப்பும் அதிலே நின்றது
பிறவிப்பயனும் ஆன்மிகத்தில்
புரண்டு எழுந்து நிற்கிறது
எங்கும் எதிலும் அத்மனுக்கு
எளிமையானது ஆதாரமானது
பரமாத்மனே! என்பதை உணர்த்தி
பரம்பொருளின் சுழற்சியில்
என்றும் எப்பொழுதும் செலுத்துவது
என்றும் எண்ணம் உயர்த்தவேயாம்

★ ★ ★

81

துணைநிற்பது இறை சிந்தனைகள்

தூரனாக தொடர்வது குண்டலினி

ஞானப்பிரசுராம்பிகை

ஞாலம் புகழும் குண்டலினிக்கு

நான்காம் இடத்தை பெற்று

நீண்ட நாட்டிய உணர்வை

மரகதாம்பாள் குண்டலினியுடன்

மலையுச்சி போல் சிகரத்தை தொடர்ந்து

ஏற்றம் காண விசுத்தியை தொட்டு

எழுச்சியில் குண்டலினி சக்தியை

ஆக்கைகளுக்கு செலுத்தி முக்தி

ஆட்சிக்கு முழுமைப்படுத்தினள்

அன்னை மரகதாம்பாளின் ஆட்டம்

ஆட்சி பெற்று சஹஸ்ரார

மேன்மையில் திளைத்து சிவமானது

மாயையை அழித்தொழித்தன்

கேதார சிவத்துடன் இரண்டர

கலந்து முந்தியின் உணவளித்தனள்

அரிது அரிது மானிடராய் பிறத்தல்

அரிது என்றோர் ஆன்மீக ஆன்றோர்கள்

இதை பயன்படுத்திக்கொண்டாட

இந்த உடலில் இருக்கும் ஆத்மனுக்கும்

மரமாத்மனுக்கும் கிடைந்த
பெரும்பேறு என்பது சிறப்பு
மாயை எனும் உலகில் உதித்த
மானிடர்களின் பெருமையாம்
பன்னிரு ஜோதிர் இலிஸ்கங்களையும்
பரமணின் அருளுடன் பின்பற்றி
பிரம்ம ஞானம் பெறுதல்தான்
பிறவிப்பயன் ஆகும் என்பதும்
துணைநிற்கும் ஏழு சக்கரஸ்களில்
தேனாகவும் முக்தியாகவும்

★ ★ ★

சுழன்ற மூலாதாரம் முதற்கொண்டு
சுஹஸ்ராரத்தை தாண்டும்
சிவத்தில் உழலும் சக்திக்கு
சிவமே முக்தி மார்க்கமாகும்
சிவமில்லையேல் சவம் என்பர்
சான்ரோனாக்கும் சக்திக்கு
மரகதச் செயல்தான் உலகில்
மரகதாம்பாளுக்கு உயர்வாம்
அந்த நாட்டியம் என்னுள்
ஆட்சிபுரிந்து முகதி அளிக்க
முழுமைதான் ஞான ஒளியாம்
மரகதாம்பாளின் எண்ணுள்
பெருமைப்படுத்திய இன்பம்
பேரண்ட நிகழ்வாகும்
பாருக்கு உதாரண எடுத்துக்காட்டு
படிப்போரும் இதை உணர்வார்
முக்திக்கு ஆதாரம் குண்டலினி
முழுமைக்கு ஆதாரம் பௌர்ணமி
மரகதாம்பாளின் பரத நாட்டியம்
மாயை உலகில் மீட்சியாம்
முக்தியின் செழுமைக்கு வழியாம்
மூவாதாரத்தின் உண்மை உயர்வாம்

பன்னிரு ஜோதிர் இலிங்கங்களுடன்
பழமை சாதுக்களின் வழியாம்
ஏழுசக்கரங்களுடன் விளையாடும்
எழுச்சியின் ஆட்டமாகும்
உறுதியுடன் சுவாதிஸ்டானத்தில்
உயர்வடையும் வளர்ச்சி
அண்ணாமலையாருக்க உண்மை
அழியா சாதுக்களின் வளர்ச்சியாம்
நினைத்hலே முக்திற்கு ஆதாரம்
நீங்காத இதுவே வழியாம்

★ ★ ★

83

ஆன்மீகத்தில் வாழும் வளம்
ஆன்றோர்கள் காட்டிய வளமாகும்
ஏழுசக்கரங்களுடன் பன்னிரு
எழுச்சி செழுமை சக்கரங்கள்
சுழற்ச்சியில் பெறாத முக்தி
சூழும் ஒன்றிலும் கிடைக்காது
அதனால் முக்தியை பெற
அன்னை மரகதாம்பாள் அருள்
என்னுள் யான்பெற்ற அருளில்
எழுச்சி பெற்ற வளர்ந்து
எழுலகத்திற்கும் இனிதே பயனாக
எங்கெங்கும் வளர்ச்சியுற்;று
வளரும் விதமாக உலகுக்கு
வழிகாட்ட அன்னை மரகதாம்பாள்
அருள்வேண்டும் இயற்கை துணை
ஆட்சிபுரநி;து அருளவேண்டும்
சுந்திர சூடேஸ்வரரும் துணை நின்று
சாந்த சூழ்நிலையாக வேண்டும்
அன்னைமரகதாம்பாள் நாட்டியம்
அதிசயமானது என்னுள்
நிகழ்ந்தது யான் பெற்றபேறு
நீட்சிக்கு முக்தியின் வழி

பன்னிரெண்டும் ஏழும் அன்னைக்கு

பாரில் கிடைத்த வரமாகும்

இந்த அற்புதம் இயற்கை அளித்த

இருபத்தொரு இலிங்கங்களின்

மாᴨரும் சக்தியாகும் உயர்வாகும்

மான்புற உயிர்களுக்கு வழியாகும்

மோசிக்கும் கிரிவலப்பாதை

மாயையை அறுக்கு சூத்திரம்

ஆண்டாண்டுகாலமம் அருளுபுரியும்

அடிக்கு ஆயிரத்து எட்டு இலிங்களாய்

★ ★ ★

அருள்புரியும் அண்ணாமலையயும்
ஆட்சிபுரியும் கிரிவலமும்
அன்னை மரகதாம்பாளின் நடனத்தில்
ஆர்பரித்த வண்ணம் திகழ்கிறது
இந்த ஈர்ப்பு அண்ணாலைக்கு
இசைந்தோடி ஈர்த்த வண்ணம்
திகழும் தன்மையே மனித
தன்மையை இறைத் தன்மையாய்
மாற்றவல்ல பெருங் கருணையே!
மாரகதாம்பாளின் அருளாசியாம்
முக்திமார்க்கத்தில் செலுத்தும்
மூலாதார குண்டலிக்கு பெரும்
வளர்ச்சியின் துரியாதீத பேராம்
வாழும் முக்திக்கு சாதுக்களின்
சான்றாக அமையும் அண்ணாமலை
செழிப்பை அருளும் கிரிவலமாம்
முக்தியை ஈர்க்கும் பத்தியானது
முழுமையடையும் வலமாகும்
அதிலே! ஓம்காரம் ஒளிரும்
ஆன்ம ஜோதி வருடத்திற்கு
ஒருமுறை தீபஜோயாக திகழும்
ஓம்காரத்தில் மூன்றாக மாறும்

மூலம் பிரம்மத்தன்மையும்
மத்திமம் காக்கும் தன்மையையும்
ஓம்காரத்தில் பூர்புவர் லோகத்தை
ஓம்காரத்தில் சுவர் லோகமாய்
ஆதி அந்தமற்ற தன்மையை
ஆண்ணாமலைக்கே சொந்தம்ஆக்கியது
அருளாலர்களின் அனந்த
அடைக்கலமாக திகழ்ந்தது
உயர்தன்மை ஓம்காரம் தான்
உயாந்தோங்கி நிற்கும்

★ ★ ★

முக்தியின் நடுநாயகமாக
முழுமைப்பெற்ற ரீஸ்காரம்
துணை நின்று தூண்போல்
துன்பம் அனைத்தையும்களையும்
பரதநாட்டியம்? அன்னையின்
பரந்த கருணையே எனக்கு வாய்த்த
அற்புத இந்நாட்டிய இன்பம்
அண்ணாமலையாரின் அன்புக்கு
அருளாக கிடைத்த வழியாகும்
ஆதவன் சுவாமிகளின் பேராம்
ஏழு சக்கரங்களின் மூலம்
எழுச்சி பெற்ற குண்டலினிக்கு
துரியாதீத ஜோதியின் அருளாம்
துன்பம் போக்கும் வழியாம்
தீபம் ஜோதி பரப்பிரம்மனை
தேற்றி அற்புத சக்திகளை ஈயும்
யோகத்தில் ஒளிரும் தன்மை
யோகிகளை ஈர்க்கும் வழியாகும்
அருணாசல ஓம் சோநாசல ஓம்
அடி அடிக்கும் மிளிரும் உயர்வாம்
சித்தத்தை சிறப்பாக வைக்கும்
செழுமை கிரிவலம் உயர்ந்தது

நினைத்தவர்க்கும் நிமமதி அளிக்கும்
நீங்காத பெரும் ஆனமீகம்
என்றென்றம் தழைத்தோங்கும்
ஏழ்பிறவியிலும் ஒளிரவைக்கும்
இப்பிறவியின் அருளே! அருளே!
இறைத்தன்மைக்கு வழியாம்
ஆன்னை மரகதாம்பாளின் அருளும்
ஆடிய ஆட்டமும் அற்புத ஆட்டமும் ஆகும்
திவ்ய ஆட்டம் கிடைத்த நான் தான்
தன்யன் அருளாளன் வையத்தில்

★ ★ ★

கிடைக்க முடியாத இப்படிப்பட்ட
கீர்த்தியில் ஆழ்த்தும் நடனம்
அனைத்து இலிங்கங்களை ஈர்ப்பது
அருளின் வெள்ளம் என்றுள் என்பது
அற்புதமான இன்ப எழுச்சியின் சக்தி
ஆழ்ந்து முற்றும் யோசித்து அனுபவிப்பதாம்
இந்த நான் எனும் கோவிலை
இயக்கும் தன்மையே அருமை
இக்கோவிலைச் சுற்றி நான்கு
இம்பம் தரும் திறந்து வைத்த
நான்கு வாயில்கள் தானே இயங்கும்
நான் முகனால் அருளப்பட்டது
முயற்சியால் மட்டும் செயல்படும்
மும்மூர்த்திகளின் அருளை பெறும்
முதல்வாயில் இவ்வுடலில் கண்கள்
முக்கண்ணன் அருளைப்பெற்றது
இரண்டாம் வாயில் மூக்காம்
ஈர்க்கும் தன் இயல்பு வாசனையால்
மூன்றாம் வாயில் காதுகாளாம்
முழுக்க முழுருக்க ஒலியால் உயரும்
நான்காம் வாயில் வாய் ஆகும்
நலன் கொடுத்து வளர்க்கும்

இந்நான்கு வாயில் மத்தியில்
இறை தியாணம் பயிலுதல் வேண்டும்
முயற்சியே அவசியம் என்பது
மூத்தவர்களின் அருள் வாக்கு
எல்லாம் அவன் செயல்
எதுவும் நம் காட்டுப்பாட்டில் இல்லை
அவன் அருளாலே அவனை வணங்கி
ஆக்ஞையில் தியானம் பயின்று
துவாத சாந்த பெரு வெளியில்
தோன்றும் பச்சைநிற சக்தியை

★ ★ ★

87

செவ்வொளியாய் திகழும்
சிவத்தை இணைத்து மகிழ்வேன்
பொன்னொளியாய் திகழும்
பெரும் தியானத்தில் ஆன்மனை அடைவோம்
பிராணாயாமம் தான் கைகொடுக்கும்
பொறுமை முயற்சியில் பொங்கும்
சுமுழுனையில் உட்புகுந்து
சுழன்று ஊரும் ஒளிபெறும்
பார்க்க கண்கள் கூசும்
பலத்தால் செவிடுபடும் என்பர்
கேட்கும் நாதம் ஈர்க்கும்
பலத்தால் செவிடுபடும் என்பர்
சில சமயம் சிகப்பாயும்
சில சமயம் பச்சையாயும்
சிகப்பு என்பது அண்டத்தில் சிவமாம்
சீரும் உடலில் வலிவுரும்
பச்சைநிற ஒளி சக்தியாயும்
பொன்னொளி ஆன்மாவாகவும்
புகழப்படுவதும் பாடப்படுவதும்
பிரபஞ்சம் காணும் உண்மை
இதனால் யோகிகள் வலிவுருவர்
இன்ப தவத்தில் வலிவை பெருவர்

இப்பயிற்சிகள் பலவாகும்

இயக்கமும் இன்பமுறும்

முதலில் ஒளிப்பிழப் பாய் எழும்

முதன்மை சுழு முனை ஜோதியாம்

அளவில் நூழிமை என்பவர்

அரும் பெரும் வளர்ச்சி காணும்

சிறுவிரல் நிலையில் இரண்டாம் நிலை

சிற்றம் பலத்தே வளர்ச்சி காணும்

மூன்றாம் நிலை கையளவில் வளர்ந்து

முன் வளாச்சி தொடரும்

★ ★ ★

நான்காம் நிலை பெரும் நிலையாம்
நற்றுடல் முழுமை பெருமையாம்
ஐந்தாம் நிலை துரியத்திலும்
ஐயமின்றி பெருவெளி தொடக்கம்
ஆறாம் நிலை துரியாதீதம்
ஆயகலை முனிவர் தொடர்பு
ஏழாம் ஜோதி அண்டத்தை
எப்பொழுதும் ஆளுமை பெறும்
எட்டாம் நிலை பிரம்மாண்டத்தில்
எழுமையும் ஏமாப்படையும்
ஒன்பதாம் இடத்தில் இறையில்
ஓம்காரமாய் ஜொலிக்கும்
பத்தாம் கடை நிலையில்
பரமனாய் வியாபிக்கும்
முக்திக்கு வித்தாக முயற்சி
முன் நின்று வெற்றி காணும்
வாழ்க அன்னை வளர்க வெல்க
அன்னையின் அருளாட்சி நடனம்
ஆர்பரித்து அனைத்தையும் தழுவியது

என்னுள் நிலைத்த பனிரெண்டு இலிஸங்கங்களும்
எழுச்சியில் குண்டலினியைக் காணும்
ஏழு சக்கர இலிங்கங்களும்
ஏழு ஒளி வெள்ளமான் துணை ஆகும்.

★ ★ ★